തെമ്മാടിപ്പൂച്ച

Themmadipoocha
Childrens' Literature

Pattanakad Abdul Khadar

CHINTHA PUBLISHERS
Thiruvananthapuram

First Edition
January 2023

Published
Chintha Publishers, Thiruvananthapuram

Typesetting
Star Communications, Thiruvananthapuram

Printed at
Akshara offset, Thiruvananthapuram

Cover Design
Vinod Mangoes

ISBN - 978-93-94753-50-1

CO - 3206 / 6241

Email: chinthapublishers@gmail.com
Website: www.chinthapublishers.com

A version is available at National Libraries
Kolkata, Mumbai, Chennai and Delhi

Distribution
DESHABHIMANI BOOKHOUSE
H O Thiruvananthapuram 695035

Branch
Head Office Kunnukuzhi • Statue Thiruvananthapuram
KSRTC Bus Terminal Thampanoor • Saphalyam Complex Thiruvananthapuram
KSRTC Bus Station Alappuzha • KSRTC Bus Station Ernakulam
Machingal Lane Thrissur • IG Road Kozhikode
Mavoor Road Kozhikode • NGO Union Building Kannur
Central Bus Terminal Complex Thavakkara Kannur

തെമ്മാടിപ്പൂച്ച

പട്ടണക്കാട് അബ്ദുൽ ഖാദർ

ചിന്ത പബ്ലിഷേഴ്സ്
തിരുവനന്തപുരം-695 035

പട്ടണക്കാട് അബ്ദുൽ ഖാദർ

ആലപ്പുഴ ജില്ലയിൽ പട്ടണക്കാട് ജനനം.

പിതാവ് : മുഹമ്മദ് കുഞ്ഞ്. മാതാവ് : ഖദീജ.

1997 ൽ മൃഗസംരക്ഷണ വകുപ്പിൽ ഫീൽഡ് ഓഫീസറായി വിരമിച്ചു. മലയാളത്തിലെ വിവിധ ആനുകാലികങ്ങളിൽ കഥ, കവിത, നോവൽ, ലേഖനം, ഏകാങ്കം എന്നിവ പ്രസിദ്ധീകരിച്ചിട്ടുണ്ട്. ആകാശവാണി കോഴിക്കോട് നിലയത്തിൽ നിന്ന് ഏകാങ്കം പ്രക്ഷേപണം ചെയ്തിട്ടുണ്ട്. പ്രാദേശിക ചാനലിനുവേണ്ടി തിരക്കഥയും സംഭാഷണവും രചിച്ചിട്ടുണ്ട്.

പുരസ്കാരങ്ങൾ: 1964 ൽ ഇസ്ലാമിക് സർവീസ് സൊസൈറ്റി ഓഫ് കേരള നടത്തിയ ലേഖന മത്സരത്തിൽ ഒന്നാം സ്ഥാനം നേടി. 2013 ൽ കോഴിക്കോട് നിന്ന് പ്രസിദ്ധീകരിക്കുന്ന *ധാർമ്മികത* ദിനപത്രം മാസികയുടെ പ്രഥമ എക്സലൻസ് അവാർഡ് നേടി.

കൃതികൾ: *തെളിയുന്ന ചക്രവാളങ്ങൾ* (നോവൽ), *ചുവന്നാമ, ജന്തുസ്ഥാനിൽ എന്തു സംഭവിച്ചു?,* വിരുതന്മുയലും കുറുക്കന്മൂപ്പരും, കൊച്ചു പണിക്കർ, രാജാവിനെ കാണാനില്ല, വിചിത്രവ്യാപാരി, പിച്ചള മോതിരം, നിധിപുരം (ബാലസാഹിത്യം), *മരുപ്പച്ച ഖലീഫ കഥകൾ, മരുപ്പച്ച തിരുനബിക്കഥകൾ* (ബാലസാഹിത്യം – ഇസ്ലാമിക ചരിത്ര കഥകൾ)

ഭാര്യ : ഫസീഹ.
മക്കൾ : സുനിത ഹൻസാർ, സുമിത ഷാനവാസ്.
പേര മക്കൾ : ഇഹ്സാൻ മുഹമ്മദ്, അയാൻ മുഹമ്മദ്
വിലാസം : കാട്ടുപറമ്പിൽ
പി ഒ പട്ടണക്കാട് –688531
ആലപ്പുഴ ജില്ല.
ഫോൺ : 9605222144, 9605045204.
E-mail : pattanakadabdulkhadar2021@gmail.com

ഉള്ളടക്കം

പ്രസാധകക്കുറിപ്പ്

പക്ഷിമൃഗാദികളുടെ വിസ്മയകരമായ ലോകത്തെ സവിസ്തരം അവതരിപ്പിക്കുന്ന കൃതി. വിശന്നിരിക്കുന്ന തെമ്മാടിപ്പൂച്ചയ്ക്ക് അതിനേക്കാൾ വിശപ്പുള്ള എലിയെ പിടിക്കണമെന്ന് ആഗ്രഹമുണ്ട്. വറുത്ത മീൻ കഴിക്കാൻ പായുന്ന എലിയെ പിടിക്കാൻ പൂച്ച ശ്രമിക്കുമ്പോൾ വീട്ടുകാർ പൂച്ചയെ തല്ലിയോടിക്കുന്നു. പൂച്ചയുടെ രസകരമായ കഥപോലെ തന്നെ, ഒട്ടനവധി കഥകൾ *തെമ്മാടിപ്പൂച്ച*യെന്ന സമാഹാരത്തിലുണ്ട്. അറിവും ആഹ്ലാദവും നല്കുന്ന കൃതി കുട്ടികൾക്കായി സമർപ്പിക്കുന്നു.

ചിന്ത പബ്ലിഷേഴ്സ്

നന്ദിപൂർവ്വം നീലൻകാക്ക

നാണി മുത്തശ്ശി പുലർച്ചെയുണർന്ന് മുറ്റമടിക്കും. അന്നേരം നീലൻകാക്ക വരും. "കാാാ..... കാാാാ!!" വാഴക്കൈയിലിരുന്ന് നീലൻകാക്ക പറയും.

അതിനർത്ഥം "ഞാൻ വന്നു!"– എന്നാണെന്ന് നാണി മുത്തശ്ശിക്കറിയാം. അവർ തലയുയർത്തി. ഒരു പുഞ്ചിരി വിരിയിച്ച് നീലൻകാക്കയെ സ്വാഗതം ചെയ്യും.

മുത്തശ്ശിയുടെ പ്രാതൽ പഴങ്കഞ്ഞിയാണ്! ചതച്ച ഉള്ളിയും അരിഞ്ഞ ഇഞ്ചിയും നെടുകെ പിളർന്ന പച്ചമുളകും പാകത്തിന് ഉപ്പും ചേർത്ത പഴങ്കഞ്ഞി!

വാഴച്ചുവട്ടിലെ വക്കുപൊട്ടിയ ചട്ടിയിൽ പഴങ്കഞ്ഞി വിളമ്പി മുത്തശ്ശി സൗഹൃദം പങ്കിടും.

നീലൻകാക്ക രുചിയോടെ കഞ്ഞികുടിച്ച് ഏമ്പക്കം വിടും. നീലൻകാക്കയുടെ "കാ.... കാാ!" – എന്നുള്ള നന്ദിവാക്കുകേട്ട് മുത്തശ്ശി തൃപ്തിയോടെ തലയാട്ടും.

ഉഷാറോടെ മടങ്ങുന്ന നീലൻകാക്ക കണ്ണിൽനിന്ന് മറയുന്നതുവരെ അവർ നോക്കിനില്ക്കും. കുറേനാളായി ഈ പതിവ് തുടങ്ങിയിട്ട്. മുത്തശ്ശി ഒറ്റയ്ക്കാണ് താമസം. ഒരു മകനുള്ളത് ഭാര്യവീട്ടിലാണ് പൊറുതി. മുത്തശ്ശിയുടെ നിർഭാഗ്യം!

ഒരു ദിവസം നീലൻകാക്ക വരുമ്പോൾ മുറ്റത്ത് മുത്തശ്ശിയെ കണ്ടില്ല! മുറ്റമടിച്ചിട്ടില്ല! വാതിൽ അടഞ്ഞു കിടക്കുന്നു!

"ഞാൻ വന്നു... ഞാൻ വന്നു..."

–നീലൻകാക്ക വിളിച്ചുകൂവി.

ആരു കേൾക്കാൻ?

നീലൻകാക്ക വീടിന് ചുറ്റും നോക്കി. കരഞ്ഞ് വിളിച്ച് നോക്കി.

മുത്തശ്ശിയുടെ ഒരനക്കവുമില്ല. നീലൻകാക്കയ്ക്ക് ആധിയായി.

"കാ...! കാാ...! കാാ....! കാാ....!"

തെങ്ങിൽ പറന്നിരുന്ന് നീലൻകാക്ക നീട്ടി വിളിച്ചു.

"എന്താടൊ?.... എന്താടൊ?"

എന്ന് ചോദിച്ചുകൊണ്ട് കൂട്ടുകാർ അവിടന്നും ഇവിടന്നും പാഞ്ഞുവന്നു.

"അവർ വാഴക്കൈയിലും പുരയ്ക്കു പുറത്തും തെങ്ങിന് മുകളിലും പറന്നിരുന്ന് കരച്ചിലോട് കരച്ചിലായി.

നീലൻകാക്ക വാതുക്കൽ നോക്കിയിരുപ്പുമായി.

നാണിമുത്തശ്ശിക്കെന്ത് പറ്റി? അകത്തുണ്ടെങ്കിൽ പുറത്തിറങ്ങാത്തത് എന്താണ്? നീലൻകാക്കയ്ക്കത് അറിയണം.

കാക്കകളുടെ ബഹളം അയൽക്കാർ ശ്രദ്ധിച്ചു.

"ഈ കാക്കകൾക്കെന്ത് കെടുതി?" ഇതുങ്ങളെ ഓടിക്കാൻ തള്ളയില്ലേ അകത്ത്?"

മുറ്റത്തെത്തിയ അയൽക്കാർ ദേഷ്യപ്പെട്ടു.

"വാതിലിന് പുറത്ത് ഓടാമ്പലിട്ടിട്ടില്ല!"

"തള്ള അകത്തുണ്ട്!"

ചിലർ അഭിപ്രായപ്പെട്ടു.

ഒരുത്തൻ വാതിലിൽമുട്ടി. പിന്നെ തള്ളി.

വാതിൽ അകത്തേക്ക് തുറന്നു.

"നാണിത്തള്ള അകത്തുണ്ട്! വിളിച്ചിട്ട് മിണ്ടുന്നില്ല. പൂണ്ട ഉറക്കം തന്നെ!"

ഒരാൾ അകത്തേക്ക് കയറിയിട്ട് പറഞ്ഞു:

വെള്ളം തളിച്ചിട്ടും കുലുക്കി വിളിച്ചിട്ടും നാണിമുത്തശ്ശി ഉണർന്നില്ല.

“തള്ള മയങ്ങിക്കിടക്കേണ്! കട്ടിലിനടിയിലെ കാൽപ്പെട്ടി തുറന്നും കിടപ്പുണ്ട്. റേഷൻ കാർഡും ചില്ലറ നാണയങ്ങളും ചിതറിക്കിടപ്പുണ്ട്!”

അകത്തു കയറിയവരിൽ ഒരാൾ അറിയിച്ചു.

“കള്ളൻ കയറിയതാണെ! തള്ളയെ മയക്കിക്കിടത്തിയതായിരിക്കും! ദ്രോഹി!”

വേലിക്കൽനിന്ന ചെറുപ്പക്കാരൻ ഉറപ്പിച്ചു.

“താങ്ങിയെടുത്തോ. ആശുപത്രീൽ കൊണ്ടുപോകാം.”

ഒരു വയസ്സൻ അഭിപ്രായപ്പെട്ടു. താമസിയാതെ ഓട്ടോ വന്നു. കാക്കകൾ കരച്ചിൽ നിർത്തി!

നാണിമുത്തശ്ശിയെ കയറ്റിയ ഓട്ടോ പാഞ്ഞുപോകുന്നത് നീലൻകാക്ക ആശങ്കയോടെ തെങ്ങിലിരുന്ന് കണ്ടു. അവന്റെ കൂട്ടുകാർ ഓരോന്നായി പറന്നുപോയി.

അടുത്ത ദിവസം നീലൻകാക്ക വന്നു. “ഞാൻ വന്നു! ഞാൻ വന്നു!”

നീലൻകാക്ക വിളിച്ചുപറഞ്ഞു.

നാണിമുത്തശ്ശിയെ കണ്ടില്ല. ഉൽക്കണ്ഠയോടെ നീലൻകാക്ക കാത്തിരുപ്പായി.

“നീലാ!”

വാതില്ക്കൽ എത്തിയ നാണിമുത്തശ്ശി വിളിച്ചു.

“കാാാ... കാാാാ... കാാാാ!

സന്തോഷത്തോടെ നീലൻകാക്ക കുശലം ചോദിച്ചു.

നാണിമുത്തശ്ശി ഒരു പുഞ്ചിരി വരുത്തി.

അകത്തുപോയി രണ്ടു കഷണം റൊട്ടി കൊണ്ടുവന്ന് വാഴച്ചുവട്ടിലിരുന്ന ചട്ടിയിലിട്ടു.

“അമ്മേ തിന്നാൻ തന്ന റൊട്ടി കളയേണോ?”

അകത്തുനിന്ന് മരുമകളുടെ ശകാരം ഉയർന്നു.

നീലൻകാക്ക റൊട്ടി നോക്കിയതേയില്ല.

മുത്തശ്ശിയെ ജീവനോടെ കണ്ടപ്പോൾത്തന്നെ വിശപ്പ് ശമിച്ചു.

“പഴങ്കഞ്ഞി നാളെ തരാം. ഇപ്പളീ റൊട്ടി തിന്നോ!”

നാണിമുത്തശ്ശി നിർബ്ബന്ധിച്ചു.

ആ നിർബ്ബന്ധത്തിലെ സ്നേഹം നീലൻകാക്കയ്ക്ക് ഉൾക്കൊള്ളാതിരിക്കുവാൻ കഴിഞ്ഞില്ല. അവൻ റൊട്ടി കൊത്തിത്തുടങ്ങി.

“അമ്മയെന്താ കാക്കേനേം നോക്കി നിക്കേണോ?”

പുറത്തുവന്ന മരുമകൾ ചോദിച്ചു.

“കാക്കയാണെങ്കിലും നന്ദിയുള്ളവനാണ്! എന്നെ രക്ഷിച്ചവനാണ്!”

നാണിമുത്തശ്ശി ആരോടെന്നില്ലാതെ പറഞ്ഞു.

“അമ്മേ കുത്തുവാക്ക് പറച്ചില് പിന്നേം തുടങ്ങിയോ?”

മരുമകൾ പരിഭവിച്ചു.

നീലൻകാക്ക ഉത്സാഹത്തോടെ പറന്നുപോയി.

നാണിമുത്തശ്ശി കണ്ണിമയ്ക്കാതെ അത് നോക്കിനില്പായി.

ഭീഷണി

ചോദിച്ചത് കിട്ടാതാകുമ്പോൾ ദീപുമോൻ അമ്മയോട് പിണങ്ങും. "ഞാൻ പോകേണ്!" ഇനി വരൂല്ല?"

ദീപുമോൻ ഭീഷണിപ്പെടുത്തും. പിന്നെ മുഖം വീർപ്പിച്ച് ഒരുപോക്കാണ്.

"ദീപുമോനേ... ഇവിടെ വാ.." അമ്മ വിളിക്കും.

ആരു കേൾക്കാൻ?

അടുക്കളപ്പണിവിട്ട് അമ്മ പുറത്തേക്ക് ചെല്ലും. അടുക്കളയുടെ പിന്നിലോ തൊഴുത്തിന് പിന്നിലോ കിണറിന്റെ ഓരത്തോ അവൻ ഒളിച്ചു നില്പുണ്ടാകും.

അമ്മ തെരഞ്ഞുപിടിക്കും.

"അമ്മയുടെ പൊന്നല്ലേ! അച്ഛനെക്കൊണ്ട് ഉടനെ വാങ്ങിപ്പിച്ചു തരാടാ!"

അമ്മ അനുനയിപ്പിക്കും.

ദീപുമോൻ അതോടെ അടങ്ങും.

അച്ഛൻ ജോലി കഴിഞ്ഞ് വരുന്നത് രാത്രിയിലാണ്. ഇഷ്ടപ്പെടാത്തതുകേട്ടാൽ അച്ഛൻ ദേഷ്യപ്പെടും. അവൻ വിറയ്ക്കും.

പിണങ്ങിപ്പോയ വിവരം അച്ഛനറിയല്ലേ എന്നാണ് അവൻ പ്രാർത്ഥിക്കുന്നത്.

അടുത്ത ദിവസമാകുമ്പോൾ അവന്റെ ശാഠ്യം മറവിയിലാകും.

അങ്ങനെയിരിക്കെ ഒരു സംഭവമുണ്ടായി.

ഒരു കുറുനരി വഴിതെറ്റി നാട്ടിലെത്തി.

പകൽ എവിടേങ്കിലും ഒളിച്ചിരിക്കും. രാത്രിയിൽ പുറത്തിറങ്ങും. താറാവോ, കോഴിയോ ആട്ടെ, അങ്ങനെ എന്തിനെയെങ്കിലും പിടിച്ച് തിന്നും.

അങ്ങനെ ഒരു രാത്രിയിൽ വീടിനു പിന്നിൽ കുറുനരിയെത്തി. താമസിയാതെ മണംപിടിച്ച് ഇരയെ തെരയുവാൻ തുടങ്ങി.

തൊഴുത്തിൽ പശുവും ആടുമുണ്ട്. തൊഴുത്തിന് മുകളിൽ കുറെ കോഴികളുമുണ്ട്.

കുറുനരിക്ക് സന്തോഷമായി. "ഇവയിലേതെങ്കിലും ഒന്നിനെ തട്ടണം."

കുറുനരി നിശ്ചയിച്ചു.

അന്നേരം....

"അമ്മേ അപ്പുറത്തെ ഗോപിച്ചേട്ടന്റെ പോക്കറ്റിലിരുന്ന പേനായില്ലേ അതുപോലത്തെ ഒരെണ്ണം എനിക്കും വേണം!"

ദീപുമോൻ ആവശ്യപ്പെട്ടു.

"പേനായൊരെണ്ണം നിനക്കുണ്ടല്ലോ?"

അമ്മ ചോദിച്ചു.

"സൊർണ്ണ നിറത്തിൽ ക്യാപ്പുള്ളത് അല്ലല്ലോ?"

ദീപുമോൻ വ്യക്തമാക്കി.

"പിന്നെ, ഉള്ളതുകൊണ്ടെഴുതിയാൽ മതി! പോയി പഠിക്കാൻ നോക്കെടാ!"

അമ്മ ദേഷ്യപ്പെട്ടു.

"എന്നാലെ ഞാൻ പോകേണ്. ഇനി വരൂല്ലാ."

ദീപുമോൻ ഭീഷണിപ്പെടുത്തി.

അമ്മ അടുക്കളപ്പണിയിൽ ശ്രദ്ധിക്കുമ്പോൾ ദീപുമോൻ പുറത്തിറങ്ങി.

ഇപ്രാവശ്യം അവൻ കിണറിന്റെ ഓരത്താണ് ഒളിച്ചത്.

"കണി കൊള്ളാം!"

ദീപുമോനെ കണ്ടപ്പോൾ കുറുനരി വിചാരിച്ചു.

"മനുഷ്യന്റെ ഇറച്ചി തിന്നാൻ ഒരവസരം വന്നിരിക്കുന്നു! അതും ഇളം ഇറച്ചി! മഹാഭാഗ്യം!"

കുറുനരി നാവുനീട്ടി നുണഞ്ഞു.

കിണറിന്റെ പരിസരത്തുള്ള വെളിച്ചം ഒന്നണഞ്ഞാൽ മതിയായിരുന്നു. കുറുനരി കണ്ണടച്ച് പ്രാർത്ഥനയായി.

"ദീപുമോനേ...!"

അടുക്കളയിലെ തിരക്ക് കുറഞ്ഞപ്പോൾ അമ്മ വിളിച്ചു.

മറുപടിയില്ലാതായപ്പോൾ അമ്മ മുൻവശത്തെത്തി. ഉമ്മറത്തില്ല. മുറ്റത്തും കണ്ടില്ല.

"പറഞ്ഞതുപോലെ എങ്ങോട്ടെങ്കിലും പോയതാണോ?"

ഓർത്തപ്പോൾ അമ്മയ്ക്ക് ആധിയായി.

"ദീപുമോനേ...! അമ്മേട പൊന്നല്ലെ! നീയെവിടേണ്?"

അമ്മ വിളിയോട് വിളിയായി. "മോനെവിടെപ്പോയി?"

പുറത്തുനിന്നു വന്ന അച്ഛൻ ചോദിച്ചു.

"അവൻ സ്വർണ്ണപ്പേന കൊടുക്കാത്തതിന് പിണങ്ങിപ്പോയി!"

അമ്മ പറഞ്ഞു.

അച്ഛനും പിന്നാലെ അമ്മയും മുറ്റത്ത് തെരയുവാനിറങ്ങി.

അപ്പോൾ അടുക്കളയുടെ പിന്നിൽ ആരോ പതുങ്ങിയിരിക്കുന്നതുപോലെ അച്ഛനു തോന്നി.

"അത് മോനല്ലെ?"

അമ്മയെ തോണ്ടി. അച്ഛൻ പതുക്കെ ചോദിച്ചു.

"ദീപുമോനേ...!"

അമ്മ ഉറക്കെവിളിച്ചു.

ശബ്ദം കേട്ടതും പതുങ്ങിയ ആൾ ഒറ്റക്കുതിപ്പ്!...

അമ്മയും അച്ഛനും അമ്പരന്നുപോയി!

"അമ്മേയ്...!!"

"തൊട്ടുമുന്നിൽക്കൂടി പാഞ്ഞുപോയ ജന്തുവെ കണ്ട് ദീപുമോൻ ഞെട്ടിവിളിച്ചു.

"കുറുനരി!"

അമ്മ വിളിച്ചു പറഞ്ഞു.

അച്ഛൻ ഓടിച്ചെന്ന് ദീപുമോനെ വാരിയെടുത്തു.

"ഈ കുറുനരി എവിടന്ന് വന്നു?"

അച്ഛൻ അത്ഭുതപ്പെട്ടു.

"ഓ, എന്റെ മോനെ ഭഗവതി കാത്ത്!"

അമ്മ നെടുവീർപ്പിട്ടു.

കുറുനരിയെ ഓർത്ത് അന്ന് ദീപുമോൻ ഉറങ്ങിയതേയില്ല.

ദിവസങ്ങൾ കഴിഞ്ഞു. ദീപുമോൻ ആ സംഭവം മറന്നു. മഴക്കാലമെത്തി.

"അമ്മേ. എനിക്കിപ്പം ഐസ്ക്രീം വേണം."

ദീപുമോൻ ആവശ്യപ്പെട്ടു.

"ഈ തണുപ്പത്തൊ? മഴയൊക്കെ മാറട്ടെ."

അമ്മ പറഞ്ഞു.

"ഇപ്പോത്തന്നെ വാങ്ങിത്തരണം!"

ദീപുമോൻ ശാഠ്യം പിടിച്ചു.

"വാങ്ങിത്തരൂല്ലാ!"

അമ്മ ഉറച്ചുനിന്നു.

എങ്കീ ഞാൻ പോകേണ്. ഇനി വരൂല്ല."

ദീപുമോൻ പഴയ പല്ലവി ആവർത്തിച്ചു.

"പൊയ്ക്കോ! പുറത്ത് കുറുനരിയുണ്ട്!!"

അമ്മ പറഞ്ഞു.

ദീപുമോൻ പഴയ സംഭവം ഓർത്തു. അതോടെ അവൻ വിറയ്ക്കാൻ തുടങ്ങി. "പുറത്തേക്കു പോയാലെ ഭയപ്പെടേണ്ടതുള്ളൂ!"

അമ്മ സമാധാനപ്പെടുത്തി.

അവർ ദീപുമോനെ അരികത്തു ചേർത്തുപിടിച്ചു.

കേമൻ പരുന്ത്

നാട്ടുമാവിൽ കുറേ കാക്കകൾ താമസിച്ചിരുന്നു. അവരുടെ നേതാവാണ് നീലൻകാക്ക. ചില്ലിത്തെങ്ങിലാണ് കേമൻപരുന്തിന്റെ വാസം. സമീപത്തെ കുളക്കടവിൽ കാക്കകൾ കുളിക്കുകയും വെള്ളം കുടിക്കുകയും ചെയ്യും.

കടവിന്റെ മറുഭാഗത്താണ് കേമൻ പരുന്ത് കുളിക്കുവാനും കുടിക്കുവാനും ഇറങ്ങുന്നത്. വൃത്തിയില്ലാത്തവരാണ് കാക്കകൾ, ബുദ്ധിയും നന്നെക്കുറവ്! കേമൻ പരുന്തിന് കാക്കകളോട് വെറുപ്പും പുച്ഛവുമാണ്.

തന്റെ സ്വർണ്ണനിറമുള്ള കൊക്കും വർണ്ണശബളമായ ചിറകുകളും പ്രൗഢിയുടെയും ആഢ്യത്വത്തിന്റെയും ചിഹ്നങ്ങളായും കേമൻ പരുന്ത് കരുതുന്നു. ഏറെ ഉയരത്തിൽ പറക്കുവാനും അകലെയുള്ള കാഴ്ചകൾ വ്യക്തമായി കാണുവാനുമുള്ള കഴിവിൽ അവൻ അഹങ്കരിക്കുന്നു. 'ഞാനാണ് പക്ഷികളിൽ ശ്രേഷ്ഠൻ' എന്ന് അവൻ സ്വയം വിശ്വസിച്ചു.

കുട്ടകളിൽ മീനുമായി വരുന്ന കച്ചവടക്കാർ ചായക്കടയിൽ കയറുന്ന തക്കത്തിന് മീൻ തട്ടിയെടുക്കലാണ് കേമൻ പരുന്തിന്റെ

ഇഷ്ടവിനോദം.

"പരുന്ത് ചേട്ടാ, അക്കരെ പാടത്തെ വെള്ളമൊക്കെ വറ്റിയോ?

ഒരു ദിവസം കുളക്കടവിൽ വെച്ച് നീലൻകാക്ക ചോദിച്ചു.

കേമൻ പരുന്ത് കേട്ടതായി ഭാവിച്ചില്ല.

"കേട്ടോ ചേട്ടാ, അവിടത്തെ ചെമ്മീനും നെത്തോലിയും തിന്നാൻ നല്ല രുചിയാണ്!"

നീലൻകാക്ക പറഞ്ഞു.

"ഏതു വകയിലാടാ നീയൊക്കെ എന്റെ അനുജനായത്?"

കേമൻ പരുന്ത് ശുണ്ഠിയെടുത്തു. നീലൻകാക്ക വല്ലാതായി!

കേമൻ പരുന്ത് ചിറകുകളിലെ വെള്ളം ശക്തിയായി കുടഞ്ഞ് വെറുപ്പ് പ്രകടിപ്പിച്ചു.

അതു ശ്രദ്ധിക്കാതെ നീലൻകാക്ക പറന്നുപോയി.

ആയിടയ്ക്ക് ഒരു സംഭവമുണ്ടായി. പുള്ളിക്കോഴി അടയിരുന്ന മുട്ടകളൊക്കെ വിരിഞ്ഞു. കോഴിക്കുഞ്ഞുങ്ങളുമായി പുള്ളിക്കോഴി മുറ്റത്തും പറമ്പിലുമൊക്കെ ചിക്കിച്ചികഞ്ഞ് നടന്നു.

കർഷകർ സന്തോഷിച്ചു. കേമൻ പരുന്ത് ഓരോ ദിവസവും ഓരോ കോഴിക്കുഞ്ഞിനെ റാഞ്ചാൻ തുടങ്ങി.

പുള്ളിക്കോഴി കുറെ കൊക്കി. പിന്നെ കണ്ണീർവാർത്തു! കർഷകന്റെ നെഞ്ചിൽ തീയാളി! ഇളംമാംസത്തിന്റെ രുചിപിടിച്ച കേമൻ പരുന്തിന് ഉത്സാഹമായി!

ഒരു കരച്ചിൽ കേട്ടാണ് നീലൻകാക്ക അങ്ങോട്ട് പറന്നത്. കാഴ്ച കണ്ടപ്പോൾ അവൻ ഞെട്ടി!

കർഷകന്റെ മുറ്റത്ത് വലയ്ക്കുള്ളിൽ കേമൻ പരുന്ത് കിടന്ന് കരയുന്നു.

"എന്നെ വിടൂ...!"

കേമൻ പരുന്ത് യാചിച്ചു.

"നിന്നെ വെറുതെ വിടാനോ? അഞ്ച് കോഴിക്കുഞ്ഞുങ്ങളെ അകത്താക്കിയവനാ നീ!"

കർഷകന്റെ വാക്കുകളിൽ രോഷം തിളച്ചു.

“അച്ഛാ, ഇവന്റെ ചിറകു രണ്ടും വെട്ടിക്കളഞ്ഞാൽ കാണാൻ നല്ല ചേലായിരിക്കും!”

കത്രികയുമായി വന്ന കർഷകന്റെ മകന് ഉത്സാഹം.

“കേട്ടോ നീലാ, ഇനി കേമൻ പരുന്തിന്റെ അഹങ്കാരം ശമിക്കും!”

അതു കേട്ടുവന്ന നീലൻകാക്കയുടെ തോഴൻ കറുമ്പൻകാക്ക പറഞ്ഞു.

നീലൻകാക്ക കറുമ്പൻ കാക്കയെ രൂക്ഷമായി നോക്കിയിട്ട് എങ്ങോ പറന്നു.

കർഷകനെ സഹായിക്കാൻ രണ്ട് അയൽക്കാരെത്തി. അവർ വലയ്ക്കുള്ളിൽ കത്രിക കടത്തി കേമൻ പരുന്തിന്റെ ചിറകരിയാനുള്ള ശ്രമമായി.

“ചിറകുകൾ പോയാൽ പിന്നേന്തിന് ജീവിക്കണം? എന്റെ മുത്തപ്പോ...!!”

കേമൻ പരുന്ത് ദൈന്യമായി വിലപിക്കുവാൻ തുടങ്ങി.

കേമൻ പരുന്തിന്റെ പിടച്ചിലും കരച്ചിലും!

കർഷകന്റെയും മക്കളുടെയും ആഹ്ലാദാരവങ്ങൾ!

“അയ്യോ!!”

കരഞ്ഞത് കർഷകനാണ്.

പെട്ടെന്നെല്ലാവരും മേലോട്ട് നോക്കി.

മാനം നിറയെ കാക്കകൾ!

“കാ.... കാ... കാാാ!”

അവർ അലറുന്നു!

“കൂട്ടരേ ആഞ്ഞ് കൊത്തുവിൻ!”

നീലൻകാക്ക വിളിച്ചു പറഞ്ഞു.

കർഷകനും കൂട്ടരും നില്ക്കക്കള്ളിയില്ലാതെ വീടിനുള്ളിലേക്ക് ഓടിക്കയറി.

“വേഗം വല കൊത്തിമുറിക്കിൻ!”

നീലൻകാക്ക തിരക്കുകൂട്ടി.

കാക്കപ്പട നിമിഷവേഗത്തിൽ വല കൊത്തിക്കീറി.

കേമൻ പരുന്ത് മോചിതനായി..!

“സഹോദരന്മാരെ, നിങ്ങളെ ഞാൻ വെറുപ്പോടെയാണ് കണ്ടിരുന്നത്. നിങ്ങളുടെ ഒത്തൊരുമ എന്നെ രക്ഷിച്ചു. നിങ്ങൾ കാണിച്ച സ്നേഹം ഒരിക്കലും മറക്കില്ല!”

കേമൻ പരുന്ത് നീലൻകാക്കയുടെ കൈ പിടിച്ച് കാക്കകളോടായി പറഞ്ഞു.

ഇങ്ക്യുബേറ്റർ

പങ്കിക്കോഴിക്ക് വൈറ്റ് ലെഗോൻ കോഴികളോടു വെറുപ്പായിരുന്നു; പ്രത്യേകിച്ച് മിസ്സിസ് വൈറ്റിനോട്.

മിസ്സിസ് വൈറ്റ്, വൈറ്റ് ലെഗോൺ കോഴികളിൽ വമ്പത്തിയാണത്രെ. അവരുടെ ഭർത്താവ് വൈറ്റ് ലെഗോൺ കോഴികളുടെ നേതാവാണ്.

"അങ്ങോട്ടൊന്ന് മാറി നില്ക്കെടീ." കക്കകൾ കൊത്തിപ്പൊട്ടിക്കുന്നതിനിടയിൽ മിസ്സിസ് വൈറ്റിനോട് പങ്കിക്കോഴി തട്ടിക്കയറി.

"തള്ളേ, അല്പം മര്യാദയ്ക്ക് സംസാരിക്കണം കേട്ടോ?"

മിസ്സിസ് വൈറ്റിനതത്ര പിടിച്ചില്ല.

"ഫൂ! നീയാരാടീ എന്നെ മര്യാദ പഠിപ്പിക്കാൻ? എരപ്പകള്. പങ്കിക്കോഴി കലിതുള്ളി.

"തുള്ളാതെ നിലത്തു നില്ക്കെടീ മുതുക്കീ."

"മുതുക്കിയാണേലും നിന്റെയൊക്കെ മുട്ടവിരിയിക്കണെമെങ്കീ ഈയുള്ളവളു വേണോല്ലോ." പങ്കിക്കോഴി ഒരു സത്യം പറഞ്ഞു.

"അതിനല്ലേ യജമാനൻ നിനക്ക് നക്കാൻ തരുന്നത്. പിന്നെ ഞങ്ങളൊക്കെ അടയിരിക്കാൻ പോയാൽപ്പിന്നെ നിന്നെക്കൊണ്ടെന്താ ഗുണം?"

മിസ്സിസ് വൈറ്റ് ന്യായീകരിച്ചു.

"ഞാൻ അടയിരിക്കുക മാത്രമല്ല. മുട്ടയും ഇടുന്നുണ്ട്."

പങ്കിക്കോഴിയും വിട്ടില്ല.

അതുകേട്ട് മിസ്സിസ് വൈറ്റ് പൊട്ടിച്ചിരിച്ചു.

"മുട്ടയിടുന്നു പോലും! നാണമില്ലല്ലോ പറയാൻ! കിഴവിത്തള്ളേ അറിഞ്ഞില്ലെങ്കീ പറഞ്ഞേക്കാം. പിന്നേയ് നീയിടുന്ന പല്ലിമുട്ടകൊണ്ട് യജമാനൻ തൃപ്തനല്ല. ഒന്നു ചോദിക്കട്ടെ. നീ കഴിഞ്ഞ കൊല്ലം എത്ര മുട്ടകൊടുത്തു?"

പങ്കിക്കോഴി അല്പം അഹങ്കാരത്തോടെ തന്നെ പറഞ്ഞു:

"എൺപത്തെട്ട്."

"കെമ്പത്തെട്ട്! നാണമില്ലല്ലൊ പറയാൻ! എടീ ഞാൻ കഴിഞ്ഞകൊല്ലം മുന്നൂറ് കൊടുത്തവളാ. എത്രയാണ്? മുന്നൂറ്! എന്റെ മുട്ടയ്ക്ക് നിന്റെ മുട്ടയേക്കാൾ വലിപ്പവുമേറും. അതിന് മാർക്കറ്റിൽ നല്ല ഡിമാന്റുണ്ടെന്നാ യജമാനൻ പറയണത്." മിസ്സിസ് വൈറ്റ് ഞെളിഞ്ഞുനിന്നുകൊണ്ട് പറഞ്ഞു. 'തിന്നാനല്ലാതെ തിന്ന ചോറിന് കൂറുകാണിക്കാൻ നിനക്കോ നിന്റെ കൂട്ടർക്കോ അറിയാമോടീ?"

'നാടും കൂടും വിട്ട് കാടും കടലും കടന്ന് തെണ്ടി വന്നവരല്ലേടീ നീയും നിന്റെ കൂട്ടരും?"

പങ്കിക്കോഴിക്ക് ദേഷ്യം അടക്കാൻ കഴിയുന്നില്ല.

"പിന്നേ... നീ വിചാരിക്കുംപോലെ ഞങ്ങളങ്ങനെ തെണ്ടി വന്നവരൊന്നുമല്ല. കപ്പലുംകൊണ്ട് വന്ന് വിളിച്ചിട്ടാ ഞങ്ങളിങ്ങോട്ട് വന്നത്."

"ദേ, എന്റെ നാക്ക് ചൊറിയുന്നുണ്ട്. കപ്പലും കൊണ്ടുവന്ന് വിളിച്ചെന്ന്! ഹൊ! നീയൊക്കെ വരാഞ്ഞിട്ട് മുട്ടയും ഇറച്ചിയും തിന്നാതെ ഈ നാട്ടിലെ മനുഷ്യേര് വിഷമിക്ക്വല്ലായിരുന്നോ?"

"അതേടീ, പോത്തിനെപ്പോലെ നീയൊക്കെ തിന്നും. എന്നിട്ട് പ്രാവിടുന്ന ജാതി മുട്ടയിടും. നിന്റെ ജാതിക്കാരെ ഒന്നടങ്കം നശിപ്പിക്കാൻ തന്നെയാണ് ഇന്നാട്ടുകാർ ഉറച്ചിരിക്കുന്നത്. അതുകൊണ്ട് മര്യാദയ്ക്ക് നിലത്തു ചവിട്ടി നിന്നോ."

പങ്കിക്കോഴി ഇരുന്നുപോയി! മിസ്സിസ് വൈറ്റ് പൊട്ടിച്ച കക്ക അല്പം തിന്നിട്ട് ചോദിച്ചു:

"കഴിഞ്ഞാഴ്ച നിന്റെ മക്കളെ എത്രയെണ്ണത്തിനെ വകവരുത്തിയെന്നോർമ്മയുണ്ടോ?"

പങ്കിക്കോഴിക്കതിന് ന്യായമുണ്ട്. "നീ വിചാരിക്കണപോലെ വകവരുത്തിയതല്ലെടീ. യജമാനന്റെ മകളുടെ കല്യാണം. കഴിയുന്ന സഹായം ചെയ്യണം. ജീവൻ ത്യജിച്ചാണെങ്കിലും എന്റെ മക്കളത് നിറവേറ്റി. ഞങ്ങളെ, തിന്നചോറിന് നന്ദി കാണിക്കുന്നവരാണ്."

മിസ്സിസ് വൈറ്റ് അതിന് മറുപടി പറയുവാനൊരുങ്ങുകയായിരുന്നു. അന്നേരം മിസ്റ്റർ വൈറ്റ് ഓടിവന്ന് അറിയിച്ചു.

"ഹലോ... മൈ ഡാർലിങ് യജമാനൻ വന്നു!"

നേരോ! കുട്ടികൾക്ക് വിരയിളക്കുവാനുള്ള മരുന്നു കൊണ്ടുവന്നൊ?"

മിസ്സിസ് വൈറ്റ് ചോദിച്ചു.

"യെസ് തീറ്റയും കൊണ്ടുവന്നിട്ടുണ്ട്!

മിസ്റ്റർ വൈറ്റ് സന്തോഷവാനായി.

"കഴിഞ്ഞാഴ്ച കൊണ്ടുവന്ന തീറ്റ കനച്ചതായിരുന്നു. അത് തിന്നിട്ടാണ് നമ്മുടെ റോയിക്കുട്ടനും ഡേസിമോൾക്കും വയറ്റിളക്കം ഉണ്ടായത്."

മിസ്സിസ് വൈറ്റ് വിഷമങ്ങൾ നിരത്തി.

"ഇത് നല്ല ഒന്നാംതരം തീറ്റയാണ്. മലമ്പുഴയുള്ള ഫാക്ടറിയിൽ ഉണ്ടാക്കിയതാണ്. എന്താ അതിന്റെ മണം! ഹായ്!"

മിസ്റ്റർ വൈറ്റ് കൊതികൊണ്ട് 'നാവ് നുണഞ്ഞു.'

"എന്നാ നല്ലതായിരിക്കും! ഓ ക്കെ. വരു നമുക്ക് പോയി കഴിക്കാം."

മിസ്സിസ് വൈറ്റിന് തിടുക്കമായി.

"കേട്ടോ ഡാർലിങ് ഒരു വിശേഷം?"

"എന്താണ്?"

"യജമാനൻ 'ഇങ്കുബേറ്റർ' കൊണ്ടുവന്നിട്ടുണ്ട്."

"എന്നാ നന്നായി!"

മിസ്സിസ് വൈറ്റ് തുള്ളിച്ചാടി. അവർ പങ്കിക്കോഴിയോട് പറഞ്ഞു:

"കേട്ടോടീ തള്ളേ, ഇനി നിങ്ങടെ സഹായമില്ലാതെ തന്നെ ഞങ്ങൾ മുട്ടവിരിയിക്കും."

പങ്കിക്ക് കാര്യം മനസ്സിലായില്ല.

മിസ്റ്റർ വൈറ്റ് വിശദീകരിച്ചു:

"ഇങ്കുബേറ്റർ അതായത് മുട്ട വിരിയിക്കുന്ന യന്ത്രം കൊണ്ടു വന്നിട്ടുണ്ട്. അതിൽ മുട്ടവെച്ചാൽ ഇരുപത്തൊന്ന് ദിവസംകൊണ്ട് കുഞ്ഞുങ്ങൾ വിരിഞ്ഞു വരും."

പങ്കിക്കോഴി കണ്ണുമിഴിച്ചു നിന്നു. തലയ്ക്ക് വല്ലാത്തൊരു മരവിപ്പ്. ചുറ്റും ഇരുണ്ട് വരുന്നതുപോലെ...

എത്രനേരം അങ്ങനെ നിന്നെന്നറിഞ്ഞുകൂടാ.

"ബാ ബാ... ബാ ബാ..." യജമാനന്റെ വിളി കേട്ടപ്പോഴാണ് ശരിക്കും ബോദ്ധ്യം വന്നത്.

മിസ്സിസ് വൈറ്റും മിസ്റ്റർ വൈറ്റും പോയിരിക്കുന്നു..

പങ്കിക്കോഴി വിഷാദത്തോടെ മുറ്റത്തേക്ക് നടന്നു.

മുറ്റത്ത് ആകെ ബഹളം. യജമാനനും യജമാനത്തിയും കൂടി തീറ്റി വിളമ്പുന്നു.

പുതിയ തീറ്റിയുടെ വാസന മൂക്കിലേക്ക് അരിച്ചരിച്ച് കയറി യപ്പോൾ ഒരു മൂലയിൽനിന്ന് കുറച്ച് തിന്നുനോക്കി. ഹായ്! നല്ല സ്വാദ്!

"ഇനി പങ്കി അധികപ്പറ്റാണ്!"

യജമാനത്തി പറയുന്നു.

"ശരിയാണ്. എന്നാലും അവളെക്കൊണ്ടൊരു കാര്യമുണ്ട്."

യജമാനൻ പറയുന്നു.

"എന്താണ്?" യജമാനത്തിയുടെ സ്വരം.

പങ്കിക്കോഴി തല ഉയർത്തി നോക്കി. യജമാനൻ യജമാന ത്തിയുടെ ചെവിയിൽ അടക്കം പറയുന്നു.

"അതാ നല്ലത്."

അവസാനം യജമാനത്തി സമ്മതിച്ചു.

പങ്കിക്കൊന്നും മനസ്സിലായില്ല. പുതിയ തീറ്റിതിന്നാൻ രസ മില്ല. യജമാനൻ പറഞ്ഞ രഹസ്യം എന്തായിരിക്കും? അതുതന്നെ

ചിന്തിച്ച് പങ്കിക്കോഴി ഊണും ഉറക്കവും മറന്നു. നടക്കാൻപോലും തോന്നിയില്ല. ഒരേ ഇരുപ്പുതന്നെ.

രണ്ടുദിവസം കഴിഞ്ഞപ്പോൾ യജമാനൻ പങ്കിക്കോഴിയെ പിടിച്ച് കെട്ടിയിട്ടു.

ഉച്ചയായപ്പോൾ കുറെ വിരുന്നുകാരെത്തി. യജമാനനും യജമാനത്തിയും സന്തോഷത്തോടെ അങ്ങോട്ടുമിങ്ങോട്ടും ഓടി നടന്നു.

'ശ്.... ശ്.... ശ്... ശി...' എന്ന ശബ്ദം കേട്ടപ്പോൾ പങ്കിക്കോഴി തിരിഞ്ഞുനോക്കി.

വേലക്കാരൻ അടുത്തുള്ള കല്ലിൽ കത്തിതേച്ച് മൂർച്ച കൂട്ടുന്നു!

പങ്കിക്കോഴി ഞെട്ടിപ്പോയി. ആകാശം വട്ടം കറങ്ങുന്നു!

മനസ്സിൽ വേദന ഊറിക്കൂടുമ്പോൾ കേട്ടു — അപ്പുറത്ത് നിന്ന് മിസ്റ്റർ വൈറ്റ് നീട്ടിക്കൂവുന്നു. കണ്ണിൽനിന്ന് ചുടുകണ്ണീർ ഇറ്റിറ്റു വീഴുമ്പോൾ അറിയാതെ പറഞ്ഞു:

'എന്റെ കാലം കഴിഞ്ഞിരിക്കുന്നു!'

ചൂരമത്സ്യത്തിന്റെ ആഗ്രഹം

ഒരിക്കൽ രോഹനെന്ന ചൂരമത്സ്യം ജലോപരിതലത്തിലെത്തി. മുകളിൽ നക്ഷത്രങ്ങൾ മിന്നുന്നു. ഉദിച്ചു വരുന്ന പൂർണ്ണചന്ദ്രനെ എത്ര കണ്ടിട്ടും മതിയാവുന്നില്ല!

മറ്റൊരു ദിവസം ആകാശത്തിന്റെ നീലിമയിൽ നീന്തിത്തുടിക്കുവാൻ കൊതിയായി. പറക്കുന്ന പക്ഷികളോട് അസൂയ തോന്നി. അസ്തമിക്കുന്ന സൂര്യൻ കൗതുകമായി.

കടലിന്റെ ആഴത്തിൽ ഒരിക്കലും കാണാത്ത കാഴ്ചകൾ!

"എനിക്കും പറക്കണം."

രോഹൻ കൂട്ടുകാരോട് പറഞ്ഞു.

''അസാദ്ധ്യം!'' കൂട്ടുകാർ വിലക്കി. ആഴത്തിലേക്ക് നീന്താനോ മുന്നിൽപ്പെടുന്ന ചെറുമത്സ്യങ്ങളെ വിഴുങ്ങുവാനോ ശ്രമിച്ചില്ല.

"ജലദേവതയോട് പറയൂ."

വിവരമറിഞ്ഞ മത്സ്യമുത്തശ്ശൻ ഉപദേശിച്ചു. രോഹൻ ആഴിയുടെ അടിത്തട്ടിലേക്ക് പാഞ്ഞു.

"എനിക്ക് ആകാശത്ത് പറക്കണം!"

ജലദേവതയുടെ കാല്ക്കൽ കെട്ടിവീണ് രോഹൻ അപേക്ഷിച്ചു.

"രോഹൻ നിന്റെ ആഗ്രഹം ഒരു മത്സ്യവും ഇതുവരെ ആവശ്യപ്പെടാത്തതാണ്. ങ്ഹും. പുറപ്പെട്ടോളൂ."

ജലദേവത അനുഗ്രഹിച്ചു.

ആഹ്ലാദത്തോടെ ജലോപരിതലത്തിലെത്തി രോഹൻ അത്ഭുതപ്പെട്ടു. അത്ഭുതപ്പെട്ടു!

പക്ഷികളെപ്പോലെ രണ്ടു ചിറക്! നീണ്ട ചുണ്ട്! രണ്ട് കാല്! കൺപോളകൾ! നീണ്ട് വിരിഞ്ഞ വാൽ!

ശരീരം മുഴുവനും ബഹുവർണ്ണത്തിലുള്ള തൂവലുകൾ!!

ആഹ്ലാദത്തോടെ ആകാശത്തേക്ക് കുതിച്ചു.

അകന്നകന്നു പോകുന്ന കടൽപ്പരപ്പുകൾ!

ആകാശത്ത് മിന്നുന്ന നക്ഷത്രങ്ങൾ! താഴെ കൂട്ടംകൂട്ടമായൊഴുകുന്ന മേഘങ്ങൾ! കാണാനെന്തുത്സാഹം!

മേഘങ്ങളെ പിന്നിട്ട് നക്ഷത്രങ്ങളെ കൈയെത്തിപ്പിടിക്കുവാൻ ഒരാഗ്രഹം!

മേഘങ്ങളിൽ ഒളിച്ചു കളിക്കുന്ന ചന്ദ്രനടുത്തെത്തണം.

ചൂരമത്സ്യം പറക്കുവാൻ തുടങ്ങി. പറന്നിട്ടും പറന്നിട്ടും നക്ഷത്രങ്ങൾ അകലെതന്നെ!

പൂനിലാവ് പരത്തുന്ന ചന്ദ്രനെ ലക്ഷ്യമാക്കി ചിറകുകൾ വീശി. ചന്ദ്രനും അകലെതന്നെ!

ക്ഷീണംകൊണ്ട് ചിറകുകൾ അനക്കുവാൻ വയ്യാതായി. താഴേക്ക് കൂപ്പുകുത്തി.

മരച്ചുവട്ടിൽ പതുങ്ങിയിരുപ്പായി.

പുലർച്ചെയിൽ ചുറ്റുംകൂടിയിരുന്ന് കാക്കകൾ കരഞ്ഞപ്പോൾ രോഹൻ ഞെട്ടിപ്പോയി.

"ഇവന് മീനിന്റെ മണം!"

കാക്കകൾ പരസ്പരം പറഞ്ഞു.

അവർ രോഹനെ കൊത്താൻ തുനിഞ്ഞു.

രോഹൻ ക്ഷീണം മറന്ന് പറന്നു.

ലക്ഷ്യം ഉദയസൂര്യനാണ്. പറന്നിട്ടും പറന്നിട്ടും സൂര്യനോടടുത്ത് എത്താനാകുന്നില്ല. വർദ്ധിച്ചുവരുന്ന ചൂട് താങ്ങാനാകുന്നില്ല. താഴേക്കുപറന്നു. രണ്ടുപരുന്ത് പിന്നാലെ കൂടി.

“മീനിന്റെ മണം!” പരുന്തുകൾ കൊതിയോടെ വിളിച്ചു പറഞ്ഞു.

രോഹൻ ആവുന്നത്ര ശക്തിയോടെ ചിറകുകൾ വീശി.

ദൂരെ കടലലകൾ അവനെ മാടിവിളിച്ചു. ഇളകിമറയുന്ന കടൽ ആശ്വാസമേകി.

ചെറുമത്സ്യങ്ങളെയും കടൽ സസ്യങ്ങളെയും തിന്നുവാൻ ആർത്തിയായി.

കടലിൽ മുങ്ങുവാൻ ചിറകുകൾ തടസ്സമാകുന്നു. ചിറകുകൾ നനഞ്ഞതിനാൽ പറക്കുവാനും വയ്യാതായി.

“ജലദേവതേ എന്നെ രക്ഷിക്കൂ!”

രോഹൻ അലറിക്കരഞ്ഞു.

പെട്ടെന്ന് ജലദേവത പ്രത്യക്ഷപ്പെട്ടു.

“എന്തുപറ്റി രോഹൻ?” ജലദേവത ചോദിച്ചു.

“നക്ഷത്രങ്ങളിലെത്താൻ പറ്റുന്നില്ല. സൂര്യന് ചൂടാണ്. ആകാശനീലിമ അതിരില്ലാതെ അകലെയാണ്. എനിക്ക് ഇനി പറക്കേണ്ട. കടലിൽ പോകാൻ പറ്റുന്നില്ല. ഞാൻ പട്ടിണിയാണ് രോഹൻ സങ്കടം പറഞ്ഞു.

“രോഹൻ നിന്റെ സങ്കടം എനിക്ക് മനസ്സിലായി.

ആഗ്രഹം നല്ലതുതന്നെ! അത് വേണ്ടതും അർഹതയുള്ളതുമായിരിക്കണം.”

ജലദേവത താക്കീത് ചെയ്തു.

“എന്നോട് ക്ഷമിക്കുക.”

രോഹൻ മാപ്പിരന്നു.

ജലദേവത പുഞ്ചിരിച്ചു.

അപ്പോൾ രോഹന്റെ ചിറകുകളും കൊക്കും കാലുകളും തൂവലുകളും കൺപോളകളും ഇല്ലാതായി. പഴയ ചൂരമത്സ്യം.

അവൻ ആനന്ദത്തോടെ ആഴിയുടെ അടിത്തട്ടിലേക്ക് ഊളിയിട്ടു.

മുഖംമൂടി

കേഢിക്കുറുക്കന് വഴിയിൽ കിടന്ന് ഒരു മുഖംമൂടി കിട്ടി. രാക്ഷസന്റെ രൂപമുള്ള മുഖംമൂടി.

'ഈ മുഖംമൂടി വെച്ച് ഞാനീ ജന്തുസ്ഥാൻ ഭരിക്കും. കടുവയും കരടിയും പുലിയും സിംഹരാജനുമൊക്കെ എന്റെ ആജ്ഞാനുവർത്തിയാകും.' കേഢിക്കുറുക്കൻ മനക്കോട്ട കെട്ടി.

അവൻ മുഖംമൂടി വെച്ച് ഗമയിൽ നടന്നു.

ആറ്റരുകിൽ ആനക്കൊമ്പൻ കുടുംബസമേതം നീരാട്ട് നടത്തുന്നു.

"ഹഹഹാ!!" കേഢിക്കുറുക്കൻ അടുത്തൊരു കുന്നിൽക്കയറി നിന്ന് ആർത്തട്ടഹസിച്ചു.

ആനക്കൊമ്പൻ നോക്കി, ഞെട്ടിപ്പോയി! തീ പറക്കുന്ന കണ്ണുകൾ! വളർന്നിറങ്ങിയ ദംഷ്ട്രങ്ങൾ! പുറത്തേക്ക് നീണ്ട നാക്ക്! എല്ലാംകൂടി പേടിപ്പെടുത്തുന്ന ഭാവം!

ഇതെന്തു മൃഗം?

"ഹഹഹഹാ!!" വീണ്ടും അലർച്ച.

"ഓടിക്കോ!" അതും പറഞ്ഞ് ആനക്കൊമ്പൻ വെച്ചുപിടിച്ചു. കുളി പൂർത്തിയാക്കാതെ പിടിയാനയും കുട്ടിയാനയും പിന്നാലെ കൂടി.

"ങ്ഹാ! അങ്ങനെ ഓടിക്കോ!"

കേഡിക്കുറുക്കന് ഉത്സാഹമായി. അവൻ കുന്നിറങ്ങി നടന്നു. താഴ്വരയിൽ മേഞ്ഞുകൊണ്ടിരുന്ന മാനുകൾ കേഡിക്കുറുക്കനെ കണ്ടതും ഓടടാ ഓട്ടം.

"ഓടിക്കോ, ഓടിക്കോ, ഞാനീ ജന്തുസ്ഥാനിലെ രാജാവാകട്ടെ. അന്ന് നിന്റെയൊക്കെ ഇറച്ചി ഞാൻ പൊരിച്ചു തിന്നും."

കേഡിക്കുറുക്കൻ അതും പറഞ്ഞ് നാവ് നൊട്ടി നുണച്ചു.

വഴിയിൽ കണ്ടുമുട്ടിയ മുയലുകളും കാട്ടുപോത്തുകളും പന്നികളുമൊക്കെ ഭീതിയോടെ നാലുപാടും പാഞ്ഞു.

സിംഹരാജന്റെ മന്ത്രി കടുവാക്കേളു എതിരെ വരുകയായിരുന്നു. വിചിത്ര മൃഗത്തെ കണ്ടതും പിടിച്ചതുപോലെ നിന്നു.

'കണ്ടിട്ട് വഴിമാറി നില്ക്കാൻ കൂട്ടാക്കാത്ത ഇവനാരെടാ?' കടുവാക്കേളുവിന് സംശയമായി.

"ഹഹഹഹഹാ!!!..." ഒരലർച്ച.

അതോടെ കടുവാക്കേളുവിന്റെ ധൈര്യം ചോർന്നുപോയി. വന്നതിലും വേഗത്തിൽ തിരിഞ്ഞോടി.

"ഓടടാ കടുവാ ഓടെടാ...
ഈ ഊരിനെ ജയിച്ചവൻ ഞാനെടാ!"

കേഡിക്കുറുക്കൻ ഒരു മൂളിപ്പാട്ടും പാടി നടന്നു

ഒരാഴ്ചയായില്ല. ജന്തുസ്ഥാനിൽ ആകെ ഭീതിയായി. മുയലുകളും മാനുകളും പുറത്തിറങ്ങിയില്ല. ശക്തന്മാരായ കടുവാകളും കരടികളും പുലികളുമൊക്കെ അകത്ത് തന്നെയിരുന്നു.

ഇങ്ങനെയൊരു മൃഗത്തെ ഇതിനുമുമ്പ് ആരുംതന്നെ കണ്ടിട്ടില്ല! ഇവനിതെവിടെ നിന്ന് വന്നു? ജന്തുസ്ഥാനിലെ മൃഗങ്ങൾക്കിനി രക്ഷയില്ല.

വിവരമെല്ലാം സിംഹരാജനും അറിഞ്ഞു. പർവ്വതരൂപിയായ ആനയെപ്പോലും വിറപ്പിക്കുന്ന സിംഹരാജനും ഭയമായി. കേട്ടിടത്തോളം ഭയങ്കരൻ തന്നെ! പ്രജകളെ രക്ഷിക്കുവാൻ എന്താണൊരു വഴി?

അദ്ദേഹം മന്ത്രിസഭ അടിയന്തരമായി വിളിച്ചുകൂട്ടി.

അങ്ങനെയിരിക്കെ ഒരു സംഭവമുണ്ടായി. കേഡിക്കുറുക്കൻ ഒരു മുയൽക്കുട്ടിയെ പിടിച്ച് തിന്നുകയായിരുന്നു. മുഖംമൂടി

അഴിച്ചുവെച്ച് കൊണ്ടായിരുന്നു ശാപ്പാട്. നല്ല സ്വാദുള്ള ഇറച്ചി!

ചുറ്റും ഇടതിങ്ങി വളർന്ന മരങ്ങൾ! ആരും കാണുമെന്ന് കരുതണ്ട.

എന്നാൽ കുരങ്ങൻ നാണു ആ കാഴ്ച കാണുവാനിടയായി. അങ്ങേരു മരത്തിൽനിന്ന് മരത്തിലേക്ക് ചാടിച്ചാടി വരുകയായിരുന്നു.

കുരങ്ങൻ നാണു മൂക്കത്ത് വിരൽ വെച്ചുപോയി.

"അമ്പടാ ഭയങ്കരാ!!"

പെട്ടെന്ന് കുരങ്ങൻ നാണു താഴത്തേക്കു ചാടി. ഇറച്ചി തിന്നുകൊണ്ടിരുന്ന കേഡിക്കുറുക്കന്റെ ശ്രദ്ധയിൽപ്പെടുന്നതിനു മുമ്പെ മുഖംമൂടി കൈക്കലാക്കി.

മരത്തിലേക്കു ചാടിക്കയറുമ്പോളാണ് കേഡിക്കുറുക്കൻ മുഖംമൂടി നഷ്ടപ്പെട്ടതറിഞ്ഞത്.

അവൻ ഇടിവെട്ടേറ്റതുപോലെയായി!

സുന്ദരൻ കാക്കയും ആക്രാന്തൻ പരുന്തും

ദുരാഗ്രഹിയായ സുന്ദരൻ കാക്കയും ആക്രാന്തൻ പരുന്തും ഉറ്റചങ്ങാതിമാരാണ്. ഒരു ദിവസം കുന്നിൻചെരുവിൽ ഒരു പോത്ത് അവശനായി കിടക്കുന്നത് സുന്ദരൻ കാക്ക കാണുവാനിടയായി. ഉടൻ അവൻ മൊബൈലെടുത്ത് ഞെക്കി.

"ഹലോ... പരുന്ത് ചേട്ടനല്ലേ? ഇത് സുന്ദരനാണെ. ചേട്ടനിപ്പോൾ എവിടെയുണ്ട്?"

സുന്ദരൻ കാക്ക ചോദിച്ചു.

"ഹലോ സുന്ദരാ... ഞാൻ കുക്കുടമലയ്ക്കു മുകളിൽ നിരീക്ഷണത്തിലാണ്. കോഴികളൊക്കെ ജാഗ്രതയിലാണ്! ഇതുവരേം ഒന്നും ഒത്തില്ലഡേ! ഇന്നത്തെ കണിമോശം! അല്ലാതെന്താ?"

മറുതലയ്ക്കൽ നിന്ന് ആക്രാന്തൻ പരുന്ത് അറിയിച്ചു.

"എന്നാ താമസിക്കേണ്ട. വേഗം വെള്ളാരംകുന്നിന്റെ താഴ്വാരത്തേക്ക് പാഞ്ഞോ.."

സുന്ദരൻ കാക്ക ക്ഷണിച്ചു.

"എന്താഡേ... വല്ല കോളും ഒത്തോ?"

ആക്രാന്തൻ പരുന്തിന് ആകാംക്ഷയായി.

"ങ്ഹാ! നല്ല ചൂട് പോത്തിറച്ചി ഒത്തിട്ടുണ്ട്! ഷടേന്ന് പുറപ്പെടൂ!"

സുന്ദരൻ കാക്ക തിരക്കുകൂട്ടി.

ആക്രാന്തൻ പരുന്ത് ജറ്റ്വിമാനം കണക്കെ വെള്ളാരം കുന്നിന്റെ നെറുകയിൽ പറന്നിറങ്ങി.

“നോക്ക് ചേട്ടാ, അതാണിര!”

സുന്ദരൻ കാക്ക പോത്തിനെ ചൂണ്ടി പറഞ്ഞു.

“ജീവനുണ്ടല്ലോഡേ?”

ആക്രാന്തൻ പരുന്ത് പോത്തിനെ വലംവെച്ചിട്ട് സംശയിച്ചു.

“ചേട്ടൻ ആഞ്ഞ് രണ്ട് കൊത്തങ്ങ് പാസാക്ക്. പോത്ത് കാഞ്ഞോളൂന്ന്!”

സുന്ദരൻ കാക്ക പ്രേരിപ്പിച്ചു.

“ശവം തിന്ന് തിന്ന് മടുത്തെഡേ! നീ വിളിച്ചത് നന്നായി!”

ആക്രാന്തൻ പരുന്തിന് സന്തോഷമായി.

“ജീവനുള്ള ഇറച്ചിക്ക് നല്ല സ്വാദാണ്! ചേട്ടൻ തുടങ്ങിക്കൊ.”

സുന്ദരൻ കാക്ക തിരക്ക് കൂട്ടി.

ആക്രാന്തൻ പരുന്ത് പോത്തിന്റെ പള്ള നോക്കി കൊത്താൻ തുനിഞ്ഞതേയുള്ളൂ. അപ്പോൾ ഒരു കാറിന്റെ ഇരമ്പൽ!... ഞെട്ടിപ്പോയി!

സുന്ദരൻകാക്ക അപകടസൂചനയായി ഒരപശബ്ദം പുറപ്പെടുവിച്ചു.

താഴത്തെ റോഡിൽ ഒരു കാർ വന്നുനിന്നു. കാർ തുറന്ന് വെളുത്ത ഓവർകോട്ടിട്ട മൃഗഡോക്ടർ ഇറങ്ങി അവസാനം ഒരു കർഷകനും. മൂവരും പോത്തിനു നേരെ തിടുക്കത്തിൽ വരവായി.

സുന്ദരൻ കാക്കയും ആക്രാന്തൻ പരുന്തും അകലെയുള്ള മാവിലേക്ക് പറന്നു. പിന്നെ അങ്കലാപ്പോടെ നോക്കിയിരുപ്പായി.

അറ്റന്റർ തോൽപ്പെട്ടി താഴെവെച്ച് പോത്തിന്റെ കൊമ്പുകളിൽ പിടിച്ച് നിയന്ത്രിച്ചു. ഡോക്ടർ കണ്ണുകൾ പരിശോധിച്ചു വയറ്റത്ത് കൈവെച്ച് ഞെക്കി. പോക്കറ്റിൽ നിന്ന് സ്തെതസ്കോപ്പെടുത്ത് പള്ളയിൽവെച്ച് പരിശോധിച്ചു.

ഡോക്ടർ കർഷകനോട് എന്തോ പറയുകയും ആംഗ്യം കാട്ടുകയും ചെയ്തിട്ട് നടപ്പായി. അറ്റന്റർ തോൽപ്പെട്ടിയുമെടുത്ത് പിന്തുടർന്നു.

കർഷകൻ വിഷമത്തോടെ മേൽപ്പോട്ടുനോക്കി. പിന്നെ നെഞ്ചത്തടിച്ച് വിലപിച്ചു. അവസാനം പോത്തിനെ സാവധാനം വലംവെച്ച് താഴേക്ക് നടന്നു.

കാർ മടങ്ങിപ്പോകുമ്പോൾ മാവിലിരുന്ന ചങ്ങാതിമാർ സന്തോഷിച്ചു. അവർ നൊടിയിടകൊണ്ട് പോത്തിനടുത്തെത്തി.

"ചേട്ടാ പോത്ത് കാഞ്ഞ ലക്ഷണമാണ്!"

സുന്ദരൻ കാക്ക പോത്തിന്റെ കണ്ണിൽ കൊത്തിയിട്ട് അറിയിച്ചു.

"സുന്ദരാ. കാഞ്ഞാലും കാഞ്ഞില്ലേലും എന്റെ കുടൽ കരിയണ്!"

ആക്രാന്തൻ പരുന്ത് പറഞ്ഞു.

"കൂട്ടരെ തിന്നല്ലെ!"

അപ്പോൾ പറന്നുവന്ന ചിന്നൻ കാക്ക തടസ്സം പറഞ്ഞു.

"എന്താടൊ?"

സുന്ദരൻ കാക്ക ദേഷ്യപ്പെട്ടു.

ആക്രാന്തൻ പരുന്ത് പുച്ഛത്തോടെ ചിന്നൻ കാക്കയെ തറപ്പിച്ച് നോക്കി.

"സുന്ദരഞ്ചേട്ടാ, പാമ്പ് കടിയേറ്റ പോത്താണിത്! തിന്നാൻ നന്നല്ല! കർഷകൻ പോത്തിനെ കുഴിച്ചിടാൻ ആളെ തെരഞ്ഞു നടപ്പുണ്ട്."

ചിന്നൻ കാക്ക അറിയിച്ചു.

സുന്ദരൻ കാക്ക ആശങ്കയിലായി.

"എടാ കൊച്ചനെ, ചത്ത പോത്ത് വിഷമേറ്റതാണോ രോഗം വന്നതാണോ എന്നൊന്നും ഒരു പരുന്തും തെരക്കാറില്ല! ങ്ഹാ! നിനക്ക് ഇറച്ചി വേണമെങ്കിൽ കൂടിക്കോ."

ആക്രാന്തൻ പരുന്ത് പരിഹാസത്തോടെ പറഞ്ഞു.

അതുകേട്ടതും സുന്ദരൻ കാക്കയുടെ ആശങ്ക നീങ്ങി.

"ഇവൻ ചെറുപ്പമല്ലെ ചേട്ടാ. വിവരമില്ലാതെ പലതും പറയും. കാര്യമാക്കണ്ടന്നേ!"

സുന്ദരൻ കാക്ക ന്യായം പറഞ്ഞു.

ആക്രാന്തൻ പരുന്ത് പോത്തിന്റെ പള്ളയ്ക്കിട്ട് ആഞ്ഞു

കൊത്തിത്തുടങ്ങി.

തോല് പൊളിഞ്ഞ് ഇറച്ചി കണ്ടപ്പോൾ സുന്ദരൻ കാക്കയ്ക്ക് കൊതി അടക്കാനായില്ല. ഇറച്ചി കൊത്തിവിഴുങ്ങിത്തുടങ്ങി.

ആക്രാന്തൻ പരുന്ത് കൊത്തിക്കൊത്തി കുടൽ പുറത്തേക്കിട്ടു. പിന്നെ വെട്ടിവിഴുങ്ങിത്തുടങ്ങി.

ഭയത്തോടെ നോക്കിനിന്ന ചിന്നൻ കാക്ക പിറുപിറുത്തുകൊണ്ട് പറന്നുപോയി.

വൈകുന്നേരം ചിന്നൻ കാക്ക ചേക്കേറാൻ ഞാവൽമരത്തിലെത്തി.

അവിടത്തെ കാഴ്ച കണ്ട് അവൻ ഞെട്ടി! കാക്കകളൊക്കെ ഞാവൽ മരച്ചുവട്ടിൽ കൂടിയിരുന്ന് വിലപിക്കുന്നു!

“സുന്ദരൻ പോയി ചിന്നാ!”

മുത്തിക്കാക്ക സങ്കടപ്പെട്ടു.

“ആ ആക്രാന്തൻ പരുന്തുമായിട്ടായിരുന്നല്ലോ കൂട്ടുകെട്ട്!”

ചിന്നൻ കാക്ക നെടുവീർപ്പിട്ടു.

ശമ്പളത്തിന്റെ മാനദണ്ഡം

ഒരിക്കൽ തിരുവിതാംകൂറിൽ കുഞ്ഞുണ്ണിപ്പിള്ള എന്ന പാർവ്വത്യാർക്ക് ഒരു സംശയമുണ്ടായി.

കൂടുതൽ പണിചെയ്യുന്ന തനിക്ക് കുറഞ്ഞ ശമ്പളമാണ് കിട്ടുന്നത്! കുറച്ചു പണി ചെയ്യുന്ന ദിവാനാകട്ടെ. ഏറെ ശമ്പളവും കിട്ടുന്നു! ഇത് ന്യായമാണോ?...

കുഞ്ഞുണ്ണിപ്പിള്ളയ്ക്ക് ഊണിലും ഉറക്കത്തിലും ഇതുതന്നെ ചിന്തയായി.

കുഞ്ഞുണ്ണിപ്പിള്ളയ്ക്ക് ദിവാനാകണമെന്നൊന്നും ആഗ്രഹമില്ല. പക്ഷേ, ദിവാനു കിട്ടുന്ന ശമ്പളമെങ്കിലും കിട്ടണം! ന്യായമായ ആവശ്യമാണ്.

ഒരു ദിവസം കുഞ്ഞുണ്ണിപ്പിള്ള രാജാവിന്റെ തിരുമുമ്പിൽ ഹാജരായി സങ്കടമുണർത്തിച്ചു:

"പൊന്നുതമ്പുരാനെ അടിയന്റെ സങ്കടം കേട്ടാലും– ഗ്രാമത്തിലെ നികുതി പിരിക്കണം. വഴക്കുകൾ പറഞ്ഞൊതുക്കണം. ദുർമ്മരണങ്ങൾക്ക് വേണ്ട അന്വേഷണം നടത്തണം. ജനങ്ങളുടെ ജീവനും സ്വത്തിനും വേണ്ട സംരക്ഷണം നല്കണം. ഇതെല്ലാം അടിയന്റെ ജോലികളാണ്. മഴയും മഞ്ഞും വെയിലും അടിയന്റെ ജോലിക്ക് പ്രശ്നമല്ല. വിശ്രമിക്കാൻ സമയംതന്നെ കിട്ടാറില്ല.

ഇങ്ങനെയൊക്കെ ബുദ്ധിമുട്ടിയിട്ടും അടിയന് അവിടന്ന് കല്പിച്ചു തരുന്ന ശമ്പളം തുച്ഛമാണ്. എന്നാൽ ദിവാന വർകൾക്കാകട്ടെ കുറച്ചു ജോലിയേയുള്ളൂ. താമസിക്കുവാൻ കൊട്ടാരംപോലുള്ള വീടുണ്ട്! അധികവും പുറത്തിറങ്ങേണ്ട! പുറത്തിറങ്ങിയാലോ അകമ്പടി സേവിക്കുവാൻ രാജസേവകർ! സഞ്ചരിക്കുവാൻ കുതിരവണ്ടി. നല്ല ശമ്പളം! പരമസുഖം! അവി ടത്തെ സേവകരായിരിക്കെ അടിയനും ദിവാനവർകൾക്കും തമ്മി ലുള്ള ഈ വിവേചനം നീതിയാണോ?"

അല്പനേരം ചിന്തിച്ചിരുന്നിട്ട് രാജാവ് പറഞ്ഞു.

"കുഞ്ഞുണ്ണിപ്പിള്ളയുടെ പരാതി നാം പരിഗണനയ്ക്കെടു ത്തിരിക്കുന്നു! അതിരിക്കട്ടെ. ഇവിടെ കേശവനെന്ന് പേരുള്ള ഒരു കൊമ്പനാനയുണ്ട്. അതിന്റെ തൂക്കം കൃത്യമായി കണ്ടുപി ടിക്കണം. ആരുടേയും ഉപദേശം സ്വീകരിക്കരുത്. മറ്റു സഹായ ത്തിന് ആൾക്കാരെയോ ഉപകരണങ്ങളോ തരാം. ആനയ്ക്ക് യാതൊരു ദോഷവും പറ്റരുത്. മൂന്ന് ദിവസത്തിനുള്ളിൽ ആന യുടെ തൂക്കം കണ്ടുപിടിച്ചാൽ കുഞ്ഞുണ്ണിപ്പിള്ളയെ നാം ദിവാ നാക്കുന്നതാണ്!"

ശമ്പളം കൂട്ടിക്കിട്ടാനാണ് പരാതി പറഞ്ഞത്. ദിവാന്റെ പദവി തരാമെന്നാണ് രാജാവ് പറയുന്നത്. ഓർത്തപ്പോൾ കുഞ്ഞുണ്ണി പ്പിള്ള സന്തോഷിച്ചു.

കേശവന്റെ തൂക്കം കണ്ടുപിടിക്കണ കാര്യമോർത്തപ്പോൾ കുഞ്ഞുണ്ണിപ്പിള്ള പരിഭ്രമിച്ചു:

കാരണമുണ്ട്. ആനയെ തൂക്കുവാൻ പറ്റിയ തുലാസെവി ടെയും ഉള്ളതായി അറിവില്ല. പുതിയൊരു തുലാസുണ്ടാക്കാമെ ന്നുവെച്ചാൽ സമയം പോരാ. ആനയ്ക്കു ദോഷം പറ്റാൻ പാടി ല്ലെന്നാണ് കല്പന. അല്ലെങ്കിൽ ആനയെ ചെറുതായി നുറുക്കി തൂക്കിയെടുക്കാമായിരുന്നു. എന്തുചെയ്യും?...

രാജാവനുവദിച്ച മൂന്നു ദിവസവും കഴിഞ്ഞു. നാലാം പക്കം കുഞ്ഞുണ്ണിപ്പിള്ള രാജാവിന്റെ തിരുമുമ്പിൽ ഹാജരായി.

"ദിവാൻ പദവി ഏല്ക്കാൻ തയ്യാറായിട്ടല്ലേ കുഞ്ഞുണ്ണിപ്പിള്ള വന്നിരിക്കുന്നത്?"

രാജാവ് മന്ദഹസിച്ചുകൊണ്ട് ചോദിച്ചു.

"അല്ല തിരുമേനി. അടിയനതിന് കഴിവു പോരാ!"

കുഞ്ഞുണ്ണിപ്പിള്ള താണുവണങ്ങി പറഞ്ഞു.

രാജാവ് ദിവാനെ വരുത്തി.

"നമ്മുടെ കൊമ്പനാനയുണ്ടല്ലോ കേശവൻ. അവന്റെ തൂക്കം കൃത്യമായി കണ്ടുപിടിക്കണം. ആരുടേയും ഉപദേശം സ്വീകരിക്കരുത്. മറ്റുസഹായത്തിന് ആൾക്കാരെയോ ഉപകരണങ്ങളോ തരാം. കേശവന് യാതൊരു ദോഷവും പറ്റരുത്. മൂന്നുദിവസത്തിനുള്ളിൽ കേശവന്റെ തൂക്കം കണ്ടുപിടിക്കാത്തപക്ഷം പാർവ്വത്യാരായി തരംതാഴ്ത്തപ്പെടുന്നതാണ്!"

രാജാവ് കല്പിച്ചു.

ദിവാൻ മടങ്ങിപ്പോയി.

ഏതാനും മണിക്കൂറുകൾക്കുശേഷം ദിവാൻ മടങ്ങിവന്നു.

"തിരുമേനി ഒരു വലിയ ചങ്ങാടത്തിനും ഒരു വലിയ വള്ളം നിറയെ കരിങ്കല്ലിനും ഏർപ്പാട് ചെയ്യണം. തൂക്കമെടുക്കാൻ കേശവനെ കായൽത്തീരത്തേക്ക് കൊണ്ടുവരുവാൻ പാപ്പാന് ആജ്ഞയും നല്കണം!"

ദിവാൻ ആവശ്യപ്പെട്ടു.

അടുത്ത ദിവസം രാജാവിന്റെ കല്പനപ്രകാരം കായൽത്തീരത്ത് വലിയൊരു വള്ളം നിറയെ കരിങ്കല്ലും വലിയൊരു ചങ്ങാടവും എത്തി.

കേശവനെ കൊണ്ടു പാപ്പാനുമെത്തി. കാഴ്ചക്കാരായി വലിയൊരു ജനവും തടിച്ചുകൂടി.

അന്നേരം ദിവാന്റെയും പാർവ്വത്യാരുടെയും അകമ്പടിയോടെ രാജാവ് എത്തി.

ദിവാൻ കേശവനെ ചങ്ങാടത്തിൽ കയറ്റിച്ചു. കേശവൻ കയറിയപ്പോൾ ചങ്ങാടത്തിനുണ്ടായ ജലനിരപ്പ് അടയാളപ്പെടുത്തി. പിന്നീട് കേശവനെ ചങ്ങാടത്തിൽ നിന്നിറക്കി പറമ്പിൽ തളച്ചു.

അടുത്തതായി വള്ളത്തിൽ നിന്ന് കരിങ്കല്ലുകൾ തൊഴിലാളികളുടെ സഹായത്താൽ ചങ്ങാടത്തിൽ കയറ്റുവാൻ തുടങ്ങി. കേശവൻ കയറിയപ്പോൾ ചങ്ങാടത്തിനുണ്ടായ ജലനിരപ്പുവരെ കരിങ്കല്ല് കയറ്റി. തുടർന്ന് തുലാസു വരുത്തി ചങ്ങാടത്തിലുള്ള

കരിങ്കല്ലുകൾ കുറേശ്ശെയായി തൂക്കിത്തുടങ്ങി. തൂക്കം കടലാസിൽ എഴുതി.

കല്ലെല്ലാം തൂക്കിക്കഴിഞ്ഞപ്പോൾ എല്ലാ തൂക്കവും കൂടി കൂട്ടി നോക്കി. കിട്ടിയ സംഖ്യ രാജാവിനെ കാണിച്ചുകൊണ്ട് ദിവാൻ പറഞ്ഞു:

“തിരുമേനീ കല്ലിന്റെ ആകെയുള്ള ഈ തൂക്കമാണ് കേശവന്റെയും തൂക്കം!”

കാഴ്ചക്കാർ അത്ഭുതപ്പെട്ടു. കുഞ്ഞുണ്ണിപ്പിള്ള പാർവ്വത്യാർ വല്ലാതായി.

“സംശയമില്ല. ദിവാന്റെ ബുദ്ധിശക്തിയെ നാം അഭിനന്ദിക്കുന്നു.!”

രാജാവ് ശരിവെച്ചുകൊണ്ട് പ്രഖ്യാപിച്ചു. കുഞ്ഞുണ്ണിപ്പിള്ള പാർവ്വത്യാർ ലജ്ജിച്ച് തലതാഴ്ത്തി.

“ശമ്പളം നിശ്ചയിക്കുന്നതിന്റെ മാനദണ്ഡം ജോലിയുടെ വലിപ്പമല്ല. മറിച്ച് ബുദ്ധിയുടെ വലിപ്പമാണ്. കുഞ്ഞുണ്ണിപ്പിള്ളയ്ക്ക് ഇപ്പോളെങ്കിലും അത് മനസ്സിലായിക്കാണുമല്ലോ?”

രാജാവ് പ്രസ്താവിച്ചു.

“അതെ തിരുമേനീ. അടിയന് മാപ്പു തരണം.”

കുഞ്ഞുണ്ണിപ്പിള്ള പാർവ്വത്യാർ രാജാവിന്റെ കാല്ക്കൽ വീണ് അപേക്ഷിച്ചു.

(ഒരു നാടോടിക്കഥയോട് കടപ്പാട്)

കുറിപ്പ്:

പാർവത്യാർ – വില്ലേജ് ആഫീസർ

ദിവാൻ – രാജ്യത്തെ ഉയർന്ന ഉദ്യോഗസ്ഥൻ.

പണ്ട് കേരളം തിരുവിതാംകൂർ, കൊച്ചി, മലബാർ എന്നിങ്ങനെ വിഭജിച്ച് കിടന്നിരുന്നു.

പകൽ സഞ്ചാരം

താന്തോന്നി കുറുക്കൻ വഴിതെറ്റി നാട്ടിലെത്തി. പകൽക്കാഴ്ച ഗംഭീരം! വയറ്റിൽ ചൂളം വിളിയും!

“നീയാര്?” കണ്ടൻപൂച്ച ചോദിച്ചു.

“നിന്നെപ്പോലൊരു നാല്ക്കാലി!”

താന്തോന്നി പുഞ്ചിരിച്ചു.

കണ്ടൻപൂച്ച ഒന്നിരുത്തി മൂളി.

വിജനപ്രദേശത്ത് ആടുകളെക്കണ്ട് താന്തോന്നി നൊട്ടി നുണഞ്ഞു. ചെറിയൊരാടിനെ ഉന്നമിട്ട് കുതിക്കാൻ തുനിഞ്ഞതും..

“എന്തു ഭാവിച്ചാണ് നാട്ടിലിറങ്ങിയത്?” മുന്നിൽ മുരണ്ടു കൊണ്ട് പാണ്ടൻ നായ!

“സഹോദരാ, നമ്മൾ നാല്ക്കാലികൾക്ക് കാടും നാടും ഒരു പോലല്ലേ?” താന്തോന്നി ഒരു വിഡ്ഢിച്ചിരി പാസാക്കി.

പാണ്ടന്റെ മട്ടും മാതിരിയും കണ്ട് താന്തോന്നി ‘അയ്യോ, പാവമായി.’

വീട്ടുവളപ്പിൽ ചിക്കിച്ചികഞ്ഞു നടക്കുന്ന കോഴികൾ! ആടിനെക്കാളും നല്ലത് കോഴി തന്നെ. നാവിൽ വെള്ളച്ചാട്ടം! കുറെ നാൾ തങ്ങണം. തടിയൊന്നു പുഷ്ടിപ്പെടുത്തണം. താന്തോന്നി മനപ്പായസം ചൂടോടെ കഴിക്കാൻ തുടങ്ങി.

പുരപ്പുറത്തിരുന്ന് അങ്കവാലൻ ആർത്തലച്ചു. കോഴികൾ കൂട്ടത്തോടെ കൊക്കി വിളിച്ചു.

താന്തോന്നി മുഴുത്ത കോഴിയിൽ ഉന്നമിട്ടു. പെട്ടെന്ന് മുതുകത്ത് ഇടിവെട്ടി. എല്ലുകൾ പിളർത്തിക്കൊണ്ട് മിന്നലുകൾ പുളഞ്ഞു. കല്ലുകളുടെ തോരാമഴയിൽ കുടുങ്ങി. പുഷ്ടിപ്പെടുത്തേണ്ട തടി നേരെ പിടിക്കാൻ പെടാപ്പാട്!

"മനുഷ്യന്മാരിത്ര ക്രൂരന്മാരാണോ?" നെട്ടോട്ടത്തിനിടയിലും താന്തോന്നിക്ക് തോന്നിയതങ്ങനെ.

ശുംഭൻ കടുവയും ചിന്നമ്മാനും

"എടാ കോന്താ, എന്തൊക്കെ ആയാലും ഇന്നെനിക്ക് ചിന്ന മ്മാനിന്റെ ഇറച്ചി തിന്നണം."

ശുംഭൻ കടുവ പറഞ്ഞു.

"അത് വേണോ യേമാനെ?"

ശുംഭൻ കടുവയുടെ കാല് തിരുമ്മിക്കൊണ്ടിരുന്ന കോന്ത ക്കുരങ്ങ് ചോദിച്ചു.

"വേണം. ഇന്നുതന്നെ വേണം. ഇന്നലെ ഞാനവനെ കണ്ട താണ്. തടിച്ച് കൊഴുത്തിരിക്കുന്നു! ഹായ്! ആരുകണ്ടാലും കൊതിച്ചുപോകും. ങ്ഹാ!"

ശുംഭൻ കടുവ പറഞ്ഞു.

"ചിന്നമ്മാൻ ഒന്നുകൂടി തടിച്ചിട്ട് പോരെ യേമാനെ?"

കോന്തക്കുരങ്ങു ചോദിച്ചു.

"പോരാ! ഇന്നുതന്നെ നീയവനെ എന്റെ മുന്നിലെത്തിക്ക ണം. അല്ലെങ്കിൽ നിന്നെ ഞാൻ നാടുകടത്തിക്കളയും."

ശുംഭൻ കടുവ ഭീഷണിപ്പെടുത്തി.

ഗത്യന്തരമില്ലാതെ കോന്തക്കുരങ്ങ് ചിന്നമ്മാനെ തേടിയിറ ങ്ങി..

"എടാ ചിന്നാ, നീയറിഞ്ഞില്ലേടാ?"

ചിന്നന്മാനിന്റെ കുടിലിനു മുന്നിൽനിന്ന് കോന്തൻ വിളിച്ച് ചോദിച്ചു.

"എന്നതാ ചേട്ടാ?"

ചോദിച്ചുകൊണ്ട് ചിന്നന്മാൻ പുറത്തുവന്നു.

"ഒരു കണ്ണുപൊട്ടന്മാൻ എത്തിയിരിക്കുന്നെടാ!"

കോന്തങ്കുരങ്ങൻ അറിയിച്ചു.

"എവിടേന്ന് ചേട്ടാ?"

ചിന്നന്മാൻ ചോദിച്ചു.

"ദേ, മൈതാനത്തിലുണ്ട്. നിന്റെ ശേഷകാരനാണെന്നാ തോന്നണേ. ചോദിച്ചിട്ട് ഒന്നും പറയുന്നില്ല. നീയൊന്ന് ചെന്ന് നോക്കെടാ തിരക്കുണ്ട്. എന്നാലും ഞാനും കൂടെ വരാം. നീ വാ."

കോന്തങ്കുരങ്ങ് പറഞ്ഞു.

ചിന്നന്മാൻ ചിന്തയിലായി.

കോന്തങ്കുരങ്ങ് നടന്നു. ചിന്നന്മാൻ പിന്നാലെ കൂടി.

"എവിടെ ചേട്ടാ? കാണുന്നില്ലല്ലോ?"

മൈതാനത്തെത്തുമ്പോൾ ചിന്നന്മാൻ ചോദിച്ചു.

"അയ്യോടാ? ഇവിടെ നിന്ന് മേഞ്ഞിരുന്നതാണല്ലോ! എങ്ങോട്ട് പോയി? ആട്ടെ. നിന്റെ ബന്ധത്തിലാരെങ്കിലും കണ്ണുപൊട്ടനായിട്ടുണ്ടോ?"

കോന്തങ്കുരങ്ങ് ചോദിച്ചു.

ചിന്നന്മാൻ ഓർമ്മയിൽ പരതി.

ഈ സമയം കുറ്റിക്കാട്ടിൽ ഒളിച്ചിരുന്ന ശുംഭൻ കടുവയ്ക്ക് ചിന്നന്മാനിനെ കണ്ട് കൊതിയേറി. സഹിച്ചില്ല. ഒറ്റക്കുതി...

ശുംഭൻ കടുവയെ കണ്ടതും ചിന്നന്മാൻ ഒറ്റപ്പാച്ചിൽ.

ശുംഭൻ കടുവ പിന്നാലെ വെച്ചുപിടിച്ചു.

കാടും മേടും കടന്നു ചിന്നന്മാൻ വളരെ ദൂരെയെത്തി.

ദാഹമുണ്ട്. ക്ഷീണമുണ്ട്. തൊട്ടുപിന്നാലെ ശുംഭൻ കടുവയുമുണ്ട്.

എവിടേങ്കിലും ഒളിച്ചിരിക്കണം. ചുറ്റും പരതുമ്പോൾ ഒരു കൂടാരം കണ്ടു.

കൂടാരത്തിന് താഴെ ഒരു കീറൽ. കീറലിൽക്കൂടി ചിന്നമ്മാൻ കൂടാരത്തിലേക്ക് നൂന്ന് കയറി. അപ്പോൾ കൂടാരത്തിലെ കീറൽ കുറച്ചുകൂടി കീറിപ്പോയി!

കീറിയ ശബ്ദം കേട്ട് മറുപുറത്ത് നിന്നിരുന്ന കാവൽക്കാരൻ തിരിഞ്ഞുനോക്കി. അപ്പോൾ കണ്ടതെന്താണ്? മുരണ്ടുകൊണ്ട് കൂടാരത്തിനെ സമീപിക്കുന്ന ശുംഭൻ കടുവയെയാണ്!

താമസിച്ചില്ല. വെടിപൊട്ടി

"ഠോ!..."

ശുംഭൻ കടുവ പിടഞ്ഞുവീണു!

കാവൽക്കാരൻ തോക്ക് തോളിലേന്തി ശുംഭൻ കടുവയെ സമീപിച്ചു.

കൂടാരത്തിന്റെ വിടവിൽക്കൂടി രംഗം കണ്ട ചിന്നമ്മാൻ ആശ്വസിച്ചു.

കാവൽക്കാരൻ തോക്ക് താഴെവെച്ച് ശുംഭൻ കടുവയുടെ മൃതശരീരം കോലുകൊണ്ട് പൊക്കുവാൻ തുടങ്ങി.

ആ തക്കത്തിന് ചിന്നമ്മാൻ പുറത്തിറങ്ങി ഓടി.

അപ്പോൾ ഓടിമറയുന്ന കോന്തങ്കുരങ്ങന്റെ വാൽ ചിന്നമ്മാൻ കണ്ടു.

പതിന്നാലാം രാവു കഴിഞ്ഞ നിലാവ്

മുല്ലപ്പൂവ് പെറുക്കി മാലകോർക്കണം. മാല സാജിദാമോൾക്കു കൊടുക്കണം. മാല കിട്ടുമ്പോൾ പല്ലു മുളയ്ക്കാത്ത മോണകാട്ടി അവൾ ചിരിക്കും. ആ ചിരി കാണാൻ കൗതുകമുണ്ട്.

സാജിദാമോൾ ഉറങ്ങുകയാണ്. ഉണരുമ്പോൾ മാല കോർത്തു കൊണ്ടുവരണം.

കോയാമോൻ വടക്കെ വീട്ടിലേക്കോടി.

താഴെ വീണുകിടക്കുന്ന മുല്ലപ്പൂക്കൾ പെറുക്കി നിക്കറിന്റെ പോക്കറ്റു നിറയ്ക്കുമ്പോൾ ഒരു ചോദ്യം.

"ആരാണത്? കോയാമോനാണോ?"

ഇറയത്ത് കൂനിക്കൂടിയിരിക്കുന്ന ജമീലാത്തയുടെ ഉമ്മൂമ്മയാണ്.

"ങ്ഹാ!"

കോയാമോൻ സമ്മതിച്ചു.

"എന്തിനാടാ എപ്പളും ഈ മുല്ലപ്പൂ പെറുക്കിക്കൊണ്ട് പോണത്?"

ഉമ്മൂമ്മ ചോദിച്ചു.

"എനിക്കെ... മാല കോർക്കാനാണ്. സാജിദാമോൾക്കു കൊടു

ക്കാൻ. അവളെ ഇപ്പം എളേമ്മ ഉറക്കിയതെയുള്ളൂ.''

കോയാമോൻ അറിയിച്ചു.

"പറേമ്പോലെ എടാ ചെറുക്കാ... ഇപ്പളും എളേമ്മായ്ക്ക് നിന്നോട് ഇഷ്ടമാണോ?''

ഉമ്മൂമ്മ ചോദിച്ചു.

"ങ്ഹാ.''

കോയാമോൻ സന്തോഷത്തോടെ അറിയിച്ചു.

"അതൊക്കെ വെറുതേണ്ടാ. അവൾക്കൊരു മോളുണ്ട്. ഇനിയങ്ങോട്ട് എളേമ്മയ്ക്ക് നിന്നോടുള്ള ഇഷ്ടം പതിന്നാലാം രാവു കഴിഞ്ഞുള്ള നിലാവു പോലേണ്! ഓർത്തോ!!''

ഉമ്മൂമ്മ രഹസ്യമെന്നോണം പറഞ്ഞു.

കോയാമോന്റെ ചിന്തയ്ക്ക് തീപിടിച്ചു. പൂവ് പെറുക്കുവാനുള്ള ഉത്സാഹം ഇല്ലാതായി. എഴുന്നേറ്റ് നിന്നപ്പോൾ നിക്കറിന്റെ പോക്കറ്റിൽനിന്ന് മുല്ലപ്പൂക്കൾ തുളുമ്പി വീണു. ശ്രദ്ധിച്ചില്ല.

മുറ്റത്തുകൂടി ഉമ്മറത്ത് കയറുമ്പോൾ എളേമ്മയുടെ താരാട്ടു പാട്ടു കേട്ടു.

'ഖൽബിലെ കനിയാകും പൂമോളേ –

എൻ

കരളല്ലേ... കരയല്ലേയുറങ്ങിക്കോ..!''

തുറന്നു കിടന്ന ജനലിൽക്കൂടി നോക്കി. എളേമ്മ സാജിദാമോളെ തൊട്ടിലിലിട്ട് ആട്ടുന്നു.

തിരിഞ്ഞുനടന്നു.

മുറ്റത്ത് പടർന്നു പന്തലിച്ച് നില്ക്കുന്ന മൂവാണ്ടൻമാവിൽ ചാരിനിന്നു. പോക്കറ്റിൽനിന്ന് ഒരു മുല്ലപ്പൂവ് വലിച്ചെടുത്തു. മണപ്പിച്ച് നോക്കി. മണം തോന്നിയില്ല. വലിച്ചോരേറ്!

പോക്കറ്റിൽ ഉണ്ടായിരുന്ന പൂക്കൾ ഓരോന്നായി എടുത്ത് ദൂരെയെറിഞ്ഞു!

ചെവികളിൽ ഉമ്മൂമ്മ പറഞ്ഞ വാക്കുകൾ മുരളുന്നു..

എന്താണ് പതിന്നാലാം രാവ് കഴിഞ്ഞ നിലാവ്? ആരോടാണ് ചോദിക്കുക? എളേമ്മയോട് ചോദിച്ചാലോ?

വേണ്ട. ബാപ്പിച്ചി വരട്ടെ.

തന്റെ ചോദ്യത്തിനുത്തരം പറഞ്ഞുതരുന്നതിലും താല്പര്യം സാജിദാമോളെ കൊഞ്ചിക്കാനായിരിക്കുമോ?

എന്നാൽ ജമീലാത്തയോട് ചോദിക്കാം. പത്തിൽ പഠിക്കുന്ന ജമീലാത്ത സ്കൂളിൽ പോകുന്നത് പുറത്തുള്ള വഴിയിൽക്കൂടിയാണ്.

ഗേറ്റിൽ പോയി കാത്തുനിന്നു. "ജമീലാത്താ ഒരു കാര്യം ചോദിച്ചാൽ പറേമോ?"

ജമീലാത്ത വന്നപ്പോൾ ചോദിച്ചു.

"എന്താ കോയാമോനേ?"

ജമീലാത്ത ചോദിച്ചു.

"പതിന്നാലാം രാവു കഴിഞ്ഞ നിലാവ് പോലേന്നു പറഞ്ഞാൽ എന്താണ്?"

കോയാമോൻ ചോദിച്ചു.

"ഇത്രേയുള്ളോ!"

ജമീലാത്ത നിസ്സാരമാക്കി.

"പറഞ്ഞു താ ജമീലാത്താ..!"

കോയാമോൻ കെഞ്ചി.

"വെളുത്ത വാവിന്നാളാണ് പതിന്നാലാം രാവ്. പതിന്നാലാം രാവ് കഴിഞ്ഞുള്ള ദിവസങ്ങളിൽ ചന്ദ്രന്റെ വലിപ്പവും പ്രകാശവും ക്രമേണ കുറഞ്ഞുവരും. അവസാനം ചന്ദ്രനെ ആകാശത്തുതന്നെ കാണാതാകും."

ജമീലാത്ത വിശദീകരിച്ചു.

കോയാമോനു സംഗതി പിടികിട്ടി.

രാത്രിയിൽ നേരത്തെ കിടന്നു.

ചിന്തയിൽ പതിന്നാലാം രാവു കഴിഞ്ഞുള്ള ചന്ദ്രനായിരുന്നു. പ്രകാശവും വലിപ്പവും നഷ്ടപ്പെടുന്ന ചന്ദ്രൻ!

എളേമ്മായ്ക്കു തന്നോടുള്ള സ്നേഹം ചന്ദ്രനെപ്പോലെ ആകുമെന്നല്ലേ വടക്കേതിലെ ഉമ്മൂമ്മാ പറയുന്നത്?

എളേമ്മായുടെ സ്നേഹം ഇല്ലാതായാൽ പിന്നീട് ബാപ്പി

ച്ചിക്കും തന്നോട് സ്നേഹം ഉണ്ടാവുകയില്ല.

സാജിദാമോളോടായിരിക്കും എല്ലാവർക്കും ഇഷ്ടം! തന്നെ എല്ലാവരും വെറുക്കും. വെറുക്കപ്പെട്ടവരുടെ ഗതിയെന്താണ്?....

വെള്ളിയാഴ്ച ദിവസങ്ങളിൽ വീട്ടിൽ വന്ന് കഞ്ഞിവാങ്ങിക്കുടിക്കുന്ന വയറൻ മമ്മൂഞ്ഞിനെ ഓർത്തു..

വയറൻ മമ്മൂഞ്ഞിനെ ഉറ്റവർ വെറുക്കുന്നു!

അതുകൊണ്ടയാൾ തെണ്ടിയായി. തെണ്ടിയായതിനാൽ നാട്ടുകാരും വെറുക്കുന്നു!...

ഒരു ദിവസം താനും വയറൻ മമ്മൂഞ്ഞിനെപ്പോലെ ആയിത്തീർന്നാൽ...?

സങ്കടം തോന്നി.

ആലോചിച്ചപ്പോൾ ദേഷ്യം വന്നു.

എല്ലാറ്റിനും കാരണക്കാരി സാജിദാമോളാണ്!

സാജിദാമോൾ ഇല്ലാതിരുന്നെങ്കിൽ?....

"കോയാമോനേ... ദേ ബാപ്പിച്ചി വിളിക്കണ്......!"

തിരിഞ്ഞ് നോക്കുമ്പോൾ അരികിൽ എളേമ്മ.

വേഗം തിരിഞ്ഞ് കിടന്നു.

"മോനെന്ത് പറ്റി? ചോറ് ഇത്തിരിയല്ലെ തിന്നൊള്ളു!"

എളേമ്മായുടെ പുന്നാരം.

"പനിയുണ്ടോ?"

എളേമ്മയാണ്.

തണുത്ത വിരലുകൾ നെറ്റിയിൽ പരതി നടന്നു....

അനങ്ങിയില്ല.

ഉമ്മൂമ്മായുടെ വാക്കുകൾ ചെവികളിൽ മുഴങ്ങുന്നു! വയറൻ മമ്മൂഞ്ഞിന്റെ വികൃതരൂപം ഓർമ്മയിൽ വിടർന്നു വരുന്നു..!

മുഖം തലയിണയിൽ അമർത്തി തേങ്ങിക്കരഞ്ഞു...

"എന്താടാ കരയണേ? വയറ്റുവേദനയുണ്ടോ?

എളേമ്മാ ചോദിക്കുന്നു.

തേങ്ങലിന് ശക്തികൂടി.

"എന്തുപറ്റി മോനേ?"

തൊട്ടടുത്ത് ബാപ്പിച്ചിയുടെ ശബ്ദം.

തിരിഞ്ഞ് ബാപ്പിച്ചിയുടെ മുഖത്തേക്ക് നോക്കുമ്പോൾ കരച്ചിൽ നിന്നുപോയി.

ബാപ്പിച്ചിയെടുത്ത് തന്നെ മടിയിൽ ഇരുത്തുമ്പോൾ ഇരുട്ടിൽനിന്ന് വെളിച്ചത്തിലേക്കു വന്ന അനുഭവം.

"ദേ മോടെ ഇഖാ ഇരിക്കുന്നതുകണ്ടോ? ഇഖാന്ന് വിളിച്ചേ!"

എളേമ്മാ സാജിദാമോളെ കൊണ്ടുവന്നിട്ട് പറഞ്ഞു.

സാജിദാമോൾ പല്ലില്ലാത്ത മോണകാട്ടി ചിരിക്കുന്നു. പഹച്ചി!

ഇവൾക്കു പല്ലുവരുമ്പോൾ താൻ വയറൻ മമ്മൂഞ്ഞിനെപ്പോലെ ആകും!

ബാപ്പിച്ചിയുടെ മടിയിൽനിന്ന് ഊർന്നിറങ്ങി.

കട്ടിലിൽ കയറിക്കിടന്നു.

സാജിദാമോൾ തന്റെ ശത്രുവാണ്! സൂക്ഷിക്കണം. ദിവസങ്ങൾക്ക് മുമ്പ്...

കോഴിക്കൂട്ടിൽ കടന്ന ഒരു പാമ്പിനെ ബാപ്പിച്ചി അടിച്ചുകൊന്നു. പാമ്പിനെ തല്ലിക്കൊന്ന ചൂരൽ പത്തായപ്പുറത്തിരിപ്പുണ്ട്. ആ ചൂരൽകൊണ്ട് സാജിദാമോളെ അടിച്ചാലൊ?

കുറെ അടിക്കുമ്പോൾ സാജിദാമോൾ പാമ്പിനെപ്പോലെ ചത്തുപോകും. കൊള്ളാം! നല്ല വിദ്യ!

പിന്നെ പേടിക്കേണ്ട. എളേമ്മായുടെ സ്നേഹം പതിന്നാലാം രാവ് കഴിഞ്ഞ നിലാവ് പോലെ ആകേല. ഒരു തടസ്സം.

സാജിദാമോൾ എപ്പോഴും എളേമ്മായുടെ അടുത്തായിരിക്കുമല്ലോ?

വഴിയുണ്ട്. എന്നും ഉച്ചതിരിഞ്ഞ് എളേമ്മാ കുളിക്കാൻ പോകും. അപ്പോൾ സാജിദാമോൾ ഉറങ്ങിക്കിടക്കുകയായിരിക്കും. പറ്റിയ സമയം അതാണ്.

അടുത്ത ദിവസം.

ഉച്ചയൂണു കഴിഞ്ഞപ്പോൾ കോയാമോൻ പത്തായപ്പുറത്ത് കയറി. ചൂരലെടുത്ത് തിരിച്ചും മറിച്ചും നോക്കി. പിന്നെ ചൂരൽ

ഇരുന്നിടത്തുതന്നെ വെച്ചു.

മാവിഞ്ചുവട്ടിൽ പോയി കാത്തു നിന്നു. നിമിഷങ്ങൾ ഇഴഞ്ഞിഴഞ്ഞ് നീങ്ങുമ്പോൾ...

"കോയാമോനേ... അകത്തുപോയി സാജിദാമോളുടെ അടുത്തിരിക്ക്. എളേമ്മാ ഒന്നു മുങ്ങിയേച്ചുവരട്ടെ."

സോപ്പുമായി പുറത്തുവന്ന എളേമ്മാ വിളിച്ചു പറഞ്ഞു.

കോയാമോൻ തലയാട്ടി സമ്മതിച്ചു.

ഉറ്റുനോക്കി നില്ക്കേ എളേമ്മാ അതിരിലുള്ള കുളത്തിലേക്കു പോയി മറഞ്ഞു.

കോയാമോൻ ഓടിച്ചെന്ന് ചൂരലെടുത്തു. അകത്തെ മുറിയിലേക്ക് ഒരു കള്ളനെപ്പോലെ പതുങ്ങിപ്പതുങ്ങി കയറി.

സാജിദാമോൾ കട്ടിലിൽ മലർന്നു കിടന്നുറങ്ങുന്നു. ഇളം ചുണ്ടിൽ പുഞ്ചിരി വിരിഞ്ഞ് നില്ക്കുന്നു. കള്ളി!

പരിഹസിക്കുകയാണോ? കാണിച്ചു തരാം.

കോയാമോൻ ചുറ്റുംനോക്കി. ആരുമില്ല.

ഇനി താമസിച്ചുകൂടാ. ചൂരൽ മുറുക്കിപ്പിടിച്ചു. അടിക്കുവാൻ തയ്യാറെടുത്തു.

നിമിഷവേഗത്തിൽ അടി ആരംഭിക്കണം. അടിയേറ്റു കഴിഞ്ഞാൽ സാജിദാമോൾ പാമ്പിനെപ്പോലെ ചാകണം.

ചത്താൽ?

താൻ വയറൻ മമ്മൂഞ്ഞിനെപ്പോലെ ആയിത്തീരുകേല. ഹായ്!

ചൂരൽ ഉയർന്നു. പെട്ടെന്ന് മനസ്സിൽ ഒരു യുക്തി ഉയർന്നു. അതോടെ ചൂരൽ പിടിച്ച കൈ സാവധാനം താണുപോയി.

അടികൊള്ളുമ്പോൾ സാജിദാമോൾ കരഞ്ഞാലൊ? കരച്ചിൽകേട്ട് എളേമ്മാ ഓടി വന്നാലൊ?....

പറ്റിയ വഴിയുണ്ട്. സാജിദാമോളുടെ വായിൽ തുണി തിരുകണം.

ശബ്ദമുണ്ടാക്കാതെ കട്ടിലിൽ കയറി. അയയിൽനിന്ന് സാജിദാമോളുടെ പട്ടുടുപ്പ് എത്തിപ്പിടിച്ചെടുത്തു. കട്ടിലിൽ നിന്നിറ

ങ്ങുമ്പോൾ കുറേശ്ശെ ഭയം തോന്നി. പരിഭ്രമത്തോടെ ചുറ്റും നോക്കി.

അപ്പോൾ തരിച്ചുനിന്നുപോയി!

കട്ടിലിന്റെ തലയ്ക്കൽ ഒരു തേൾ ഇഴയുന്നു!... കറുത്ത് ഭയങ്കരനായൊരു തേൾ!

സാജിദാമോൾ ഉറക്കത്തിലാണ്. ചുണ്ടിൽ പൂനിലാവ് ഉദിച്ചിരിക്കുന്നു! മുഖം പൂവ് പോലെ മനോഹരമാണ്! കുഞ്ഞിക്കൈക്കാലുകൾ ഓമനത്തമുള്ളതാണ്!

തേള് ഇഴയുകയാണ്..!

നിമിഷങ്ങൾക്കുള്ളിൽ തേൾ സാജിദാമോളുടെ അടുത്തെത്തും. പിന്നെ കുത്തും.

ഹോ! അപ്പോൾ സാജിദാമോൾക്ക് എന്ത് വേദനയായിരിക്കും.

കഴിഞ്ഞൊരു ദിവസം കോയാമോനെ കുട്ടുറുമ്പ് കടിച്ചു. അതോർക്കുവാൻ കൂടി വയ്യ. എന്ത് വേദനയായിരുന്നു. അപ്പോൾ തേൾ കുത്തിയാലോ? അതും സാജിദാമോളെ.

മനസ്സിൽ ഒരു മിന്നൽപ്പിണർ പാഞ്ഞു. ആ വെളിച്ചത്തിൽ സാജിദാമോളോടുള്ള ശത്രുത ഓടിയൊളിച്ചു.

തേൾ കുത്തിയാൽ സാജിദാമോൾ മരിക്കേലേ? പിന്നെ ആരാണ് തന്നോട് പല്ലില്ലാത്ത മോണകാട്ടി ചിരിക്കുക. പല്ലുവരുമ്പോൾ തന്നെ 'ഇഖാ'ന്ന് വിളിക്കുമെന്നല്ലേ ബാപ്പിച്ചി പറഞ്ഞിരിക്കുന്നത്. ആ വിളി കേൾക്കുവാനുള്ള ആഗ്രഹം മനസ്സിൽ നിറഞ്ഞു നില്ക്കുകയല്ലേ..

ഓർത്തുനിന്നുകൂടാ. തേളിപ്പോൾ സാജിദാമോളുടെ അടുത്തെത്തും....

ചൂരൽ സർവ്വശക്തിയോടും കൂടി വായുവിൽ ഉയർന്നുതാണു.

ഒന്ന്.... രണ്ട്... മൂന്ന്...

തേള് ചതഞ്ഞരഞ്ഞു!...

"മ്മേ... മ്മേ...!!"

സാജിദാമോൾ ഞെട്ടിയുണർന്നു കരഞ്ഞു.

"കോയാമോനേ... എന്താണ്?"

വിളിച്ചു ചോദിച്ചുകൊണ്ട് എളേമ്മാ ഈറനോടെ ഓടിവന്നു.

ആ സമയം കോയാമോൻ ചൂരലുകൊണ്ട് ചത്തതോളിനെ തോണ്ടിയെടുക്കുകയായിരുന്നു.

"എന്റെ പൊന്നുമോനേ...!"

കോയാമോൻ ഞെട്ടിത്തിരിഞ്ഞ് നോക്കി.

അപ്പോൾ എളേമ്മാ ഈറനായ മാറിൽ കോയാമോനെ ചേർത്തു പിടിച്ചിരിക്കുന്നു!!

കോയാമോൻ സന്തോഷംകൊണ്ട് കരഞ്ഞുപോയി!

മന്ത്രവാദം

പേരെടുത്ത മന്ത്രവാദിയാണു കിട്ടുവാശാൻ.

കിട്ടുവാശാനൊരു മകനുണ്ട്, ഒരു പമ്പര വിഡ്ഢി! അവനു മന്ത്രവാദത്തെപ്പറ്റി ഒരു ചുക്കും അറിഞ്ഞുകൂടാ.

അച്ഛനും മകനുംകൂടി ഒരിക്കൽ മന്ത്രവാദത്തിനു പുറപ്പെട്ടു. കിട്ടുവാശാന്റെ ശിഷ്യനു സുഖമില്ലാതായ ദിവസം,

ആശാൻ തുണയ്ക്കു മകനെയുംകൂട്ടി പുറപ്പെട്ടു. മന്ത്രവാദം നടത്തേണ്ട വീട്ടിലേക്കു കുറെദൂരമുണ്ട്. അച്ഛനും മകനും വേഗം നടന്നു.

ഇടയ്ക്കുവച്ചു മകനൊരു സംശയം:

"അച്ഛാ! ഞാനെന്താണവിടെ ചെയ്യേണ്ടത്? എനിക്കു മന്ത്രവാദമൊന്നും അറിഞ്ഞുകൂടല്ലോ! മന്ത്രവാദം ഞാൻ കണ്ടിട്ടുപോലുമില്ല."

ന്യായമായ ചോദ്യമാണ്.

ആശാൻ ഒന്നൂറിച്ചിരിച്ചു. എന്നിട്ടു സമാധാനിപ്പിച്ചു:

"മോനേ.... നീ പരിഭ്രമിക്കേണ്ട. ധൈര്യമായിരിക്കുക. ഞാനവിടെ എന്തുചെയ്യുന്നുവോ നീ അതനുകരിച്ചാൽ മതി."

മകന് ആശ്വാസമായി.

അവർ എത്തേണ്ട വീട്ടിലെത്തി. ഊണുകഴിച്ചു വിശ്രമിച്ചു.

വീട്ടുകാരൻ മന്ത്രവാദത്തിനുവേണ്ട സാധനങ്ങൾ ഒരുക്കി,

പാതിരാത്രിയിലാണ് മന്ത്രവാദം നടത്തേണ്ടത്. സമയം ഇനിയുമുണ്ട്.

അച്ഛനും മകനും യാത്രാക്ഷീണംകൊണ്ടു മയങ്ങിപ്പോയി.

പാതിരാക്കോഴി നീട്ടിക്കൂവിയപ്പോൾ ആശാൻ ഞെട്ടിയുണർന്നു. മകനെ കുലുക്കിവിളിച്ചു. ഉറക്കച്ചടവോടെ ചാടിയെഴുന്നേറ്റു.

പ്രത്യേകം സജ്ജീകരിച്ച മുറിയിൽ അച്ഛനുപിന്നാലെ മകനും കയറി.

മകനാ മുറിയിലെ സജ്ജീകരണങ്ങൾ കൗതുകത്തോടെ നോക്കി.

തറയിൽ പായ് വിരിച്ചിരിക്കുന്നു. അതിനുമുകളിൽ ചുവന്ന പട്ട്. മുറിക്കുനടുവിൽ ഏഴുതിരിയുള്ള നിലവിളക്കു കത്തുന്നു. നിലവിളക്കിനു സമീപം മുഖം ചെത്തിയ കരിക്ക്. ചുണ്ണാമ്പു വെള്ളം നിറച്ച കിണ്ണം. കിണ്ണത്തിനോടുചേർത്ത് വലിയൊരു നാക്കില. നാക്കിലയിൽ ചെത്തിപ്പൂവ്, തുളസിയില, കൊട്ടത്തേങ്ങാ, അവല്, മലര്, ശർക്കര എന്നിവ വച്ചിരിക്കുന്നു. ഒരു ധൂപക്കുറ്റിയുമുണ്ട് അടുത്ത്. ഒരു പൊതി കർപ്പൂരവും. കുറച്ചകലെ രണ്ടു കുപ്പിനിറയെ കള്ള്.

ആശാനും മകനും പൂജാസാമഗ്രികൾക്കുമുമ്പിൽ ഇരുന്നു.

"അപ്പോൾ തുടങ്ങട്ടേ."

ആശാൻ അനുവാദം ചോദിച്ചു.

"അങ്ങനെയാകട്ടെ."

വാതില്ക്കൽനിന്ന വീട്ടുകാരൻ സമ്മതിച്ചു.

ആശാൻ തൊണ്ടകാറി ശരിപ്പെടുത്തി, ഒന്നു ചുമച്ചു മന്ത്രവാദത്തിനു വട്ടം കൂടി.

മകന് അച്ഛന്റെ വാക്ക് ഓർമ്മ വന്നു:

"ഞാനവിടെ എന്താണോ കാട്ടുന്നത്, നീ അതനുകരിച്ചാൽ മതി."

താമസിച്ചില്ല. മകൻ അച്ഛനെപ്പോലെ തൊണ്ടകാറിച്ചുമച്ചു.

ആശാനത് ഇഷ്ടപ്പെട്ടില്ല. എങ്കിലും ഒന്നും പറഞ്ഞില്ല.

മകനു ധൈര്യമായി.

പുറത്തു വീട്ടുകാരും അയൽപക്കത്തുള്ള ചിലരും ഇരിപ്പുണ്ട്. അവർ അകത്തെ ക്രിയകൾ കാണുന്നത് ആശാന് ഇഷ്ടമല്ല.

ആശാൻ മകന്റെ നേരേ വിരൽചൂണ്ടി വാതിലടയ്ക്കാൻ ആംഗ്യം കാട്ടി. മകനാകട്ടെ അതും മന്ത്രവാദത്തിൽപ്പെട്ട കാര്യ മാണെന്നുവച്ച് അച്ഛന്റെ നേരേ വിരൽചൂണ്ടി.

ആശാനു ദേഷ്യം വന്നു. ദേഷ്യം അമർത്താൻ പല്ലുകടി ച്ചപ്പോൾ ശബ്ദമുണ്ടായി, മകനും പല്ലുകടിച്ചു ശബ്ദമുണ്ടാക്കി.

ആശാൻ മകനെ ശപിച്ചുകൊണ്ടു തലയ്ക്കു കൈകൊടുത്തു.

മകൻ അതനുകരിച്ചു.

ആശാനു ക്ഷമകെട്ടു. ദേഷ്യത്തോടെ അലറി:

“ആ വാതിലടയ്ക്കടാ!”

മകൻ ഏറ്റുപാടി:

“ആ വാതിലടയ്ക്കടാ!”

മന്ത്രവാദി പിശാചിനെ പിടിച്ചെന്നും പിടിവിട്ടുപോകാതിരി ക്കാനാണ് വാതിലടയ്ക്കാൻ പറഞ്ഞതെന്നും പുറത്തുള്ളവർ വിചാരിച്ചു. ചിലർ അകത്തേക്കു എത്തിനോക്കി.

ഇതുകണ്ട ആശാൻ, മകൻ തന്നെ നിഷേധിക്കുന്നതു കേട്ട് രസിക്കാഞ്ഞിട്ടാണെന്നു കരുതി.

രംഗം വഷളാകാതിരിക്കാൻ ആശാനെഴുന്നേറ്റുപോയി വാതിലടച്ചു പൂർവ്വസ്ഥാനത്തിരുന്നു.

ഉടനെ മകനെഴുന്നേറ്റു വാതിൽ തുറന്നു തിരിച്ചടച്ചു.

ആശാൻ അതു കാണാത്തതുപോലെ ഇരുന്നുകളഞ്ഞു.

പിന്നെ കർപ്പൂരത്തിൽ പകുതിയെടുത്തു ധൂപക്കുറ്റിയിലിട്ടു. ബാക്കിയുള്ളത് ആദ്യത്തേത് കത്തിത്തീർന്നിട്ട് ഇട്ടാൽ മതി.

അതറിയാത്ത മകൻ ബാക്കികൂടിയെടുത്തു ധൂപുക്കുറ്റി യിലിട്ടു.

ആശാനു ദേഷ്യം അടക്കാൻ വയ്യാതായി. ആശാൻ കൈയു യർത്തി.

“ഠോ!!....”

മകന്റെ കരണത്തു പടക്കം പൊട്ടി. കണ്ണിൽക്കൂടി നക്ഷത്രങ്ങൾ മിന്നിമറഞ്ഞു.

താമസമുണ്ടായില്ല. മകന്റെ കൈ ഉയർന്നു.

"ഠേ!!..."

ആശാന്റെ കരണത്ത് അമിട്ടുപൊട്ടി.

ഗതികെട്ട ആശാൻ മകനെ കഴുത്തിനു പിടിച്ചു വാതിൽ തുറന്നു പുറത്തേക്കു തള്ളി, എന്നിട്ടു പറഞ്ഞു:

"പോടാ, പോ! തിരിഞ്ഞുനോക്കാതെ വന്ന വഴിയേ പോ!"

പിശാചിനെ ആട്ടിപ്പായിക്കുകയാണെന്നു പുറത്തിരുന്നവർ നിശ്ചയിച്ചു. ഉറക്കം തൂങ്ങിയിരുന്ന ചിലർ ചാടിയെഴുന്നേറ്റു. അവർ ആകാംക്ഷയോടെ നോക്കിനിന്നു.

മുറ്റത്തേക്കു വീണ മകൻ തട്ടിപ്പിടഞ്ഞെഴുന്നേറ്റു. അകത്തു ചെന്ന് അച്ഛനെ പിടിച്ചു പുറത്തേക്കു തള്ളിയിട്ടു പറഞ്ഞു:

"പോടാ പോ! തിരിഞ്ഞുനോക്കാതെ വന്നവഴിയേ പോ!"

മുറ്റത്തേക്കുവീണ ആശാനു ദേഷ്യവും സങ്കടവും ഒരുപോലെ വന്നു. അയാൾ മകനെ ചൂണ്ടി മറ്റുള്ളവരോടായി പറഞ്ഞു:

"ഇവന് ഭ്രാന്താണ്! മുഴുഭ്രാന്ത്!"

മകൻ അച്ഛനെ ചൂണ്ടിപ്പറഞ്ഞു:

"ഇവന് ഭ്രാന്താണ്! മുഴുഭ്രാന്ത്!"

ഇതു കേട്ടതോടുകൂടി വീണപ്പോളുണ്ടായ വേദന കണക്കാക്കാതെ ആശാൻ തട്ടിക്കുടഞ്ഞെഴുന്നേറ്റു. ദേഷ്യംകൊണ്ട് അയാളുടെ മുഖം ചുവന്നു; കണ്ണുകൾ തുറിച്ചു; ശരീരം വിറച്ചു; പല്ലു കടിച്ചു. സംഹാരരുദ്രനെപ്പോലെ മകനെ തുരുതുരാ അടിക്കുവാൻ തുടങ്ങി.

അടികൊണ്ട മകൻ തിരിച്ചടിച്ചു.

അടി ഇടിയായി മാറി. ഉരുട്ടിപ്പിടിത്തമായി. രംഗം മുറ്റവും കഴിഞ്ഞു കുളത്തിനരികിലെത്തി. ആശാൻ മകനെ പിടിച്ചു കുളത്തിലേക്കു തള്ളിയിട്ടു. കുളത്തിൽനിന്നു നീന്തിക്കയറിയ മകൻ അച്ഛനെ പിടിച്ചു കുളത്തിലേക്കു തള്ളി.

അച്ഛൻ കുളത്തിൽക്കിടന്നു കൈകാലിട്ടടിച്ചു: വെള്ളം കുടിച്ചു.

അച്ഛൻ വെള്ളം കുടിച്ചു മരിക്കുമെന്നായപ്പോൾ മകനു വിഷമം തോന്നി. വേഗം കുളത്തിലിറങ്ങി അച്ഛന്റെ കൈക്കുപിടിച്ചു കരയ്ക്കു കയറ്റി.

വീട്ടുകാർ വിളക്കുമായി ഓടിവന്നു. അപ്പോൾ അവശനായ അച്ഛന്റെ ചെവിയിൽ മകനൊരു ചോദ്യം:

"നമുക്കൊത്തിരിരൂപാ ഇവർ തരുമോ അച്ഛാ?"

"എന്തിന്?" ആശാൻ കിതച്ചുകൊണ്ടു ചോദിച്ചു.

"മന്ത്രവാദത്തിന്!"

"മന്ത്രവാദമോ? അതിനാരു മന്ത്രവാദം നടത്തി?"

മകൻ അന്തംവിട്ടുപോയി!

"പിന്നെ നമ്മളീ കാണിച്ചതോ?" മകൻ ചോദിച്ചു.

പാവ

കുട്ടിക്ക് ചേച്ചിയോട് ദേഷ്യം തോന്നി. കുട്ടിയോട് മിണ്ടാൻപോലും ചേച്ചിക്ക് സമയമില്ല. സദാ ചേട്ടനോട് വർത്തമാനം തന്നെ.

ചേട്ടനാണത്രേ! അമ്മയാണ് പറഞ്ഞുതന്നത്. ഒന്നു തീർച്ചയാണ്. കുട്ടിയുടെ അമ്മയുടെ മകനല്ല അയാൾ.

എവിടെയോ ഉള്ള ഒരാൾ! അയാളെങ്ങനെ ചേട്ടനാകും?

ചേട്ടനെ കാണുമ്പോൾ പിന്നെ വീട്ടിൽ ഒരു ഘോഷമാണ്.

ചേട്ടന് ഒരു കിടപ്പുണ്ട്. ചാരുകസേരയിൽ മലർന്ന് – ഹൊ...!

പുറത്തുനിന്ന് ചേട്ടൻ വരുന്നത് കുട്ടി കണ്ടു. പൂമുഖത്ത് ചാരുകസേരയുടെ മുകളിലെ വടി അവൻ ഊരി ഒളിച്ചുവച്ചു. അതറിയാത്തവിധത്തിൽ കാൻവസ് തുണി നേരെയാക്കി വച്ചു.

അകത്തുപോയി ഒളിച്ചുനിന്നു.

ചേട്ടൻ വന്ന് കസേരയിൽ കിടക്കും.

'ബ്ധീം!' ഒരു വീഴ്ച വീഴും!

ഹായ്! ഓർത്തപ്പോൾ ചിരി വന്നുപോയി. കുട്ടിയോട് കളിച്ചാൽ ഇങ്ങനെയാണ്.

"ഉണ്ണിക്കുട്ടാ..."

ഒരു പുന്നാര വിളി.

ചേച്ചിയാണ്. മിണ്ടിയില്ല. അനങ്ങിയില്ല.

"അല്ലാ. നീയിവിടെ ഒളിച്ചിരിക്കുകയാണോ?"

ഞെട്ടിപ്പോയി! മുന്നിൽ ചേച്ചി നില്ക്കുന്നു!

ചാരുകസേരയുടെ വടി ഊരിവെച്ചത് ചേച്ചി കണ്ടോ? ചേട്ടൻ വീണോ? പേടിയായി. മനസ്സിൽ ചൂരൽ വടി നീണ്ടുവന്നു. കാൽമുട്ടുകൾ വിറച്ചു.

"ദേ, മോനേ, നിനക്ക് ചേട്ടനൊരു സാധനം കൊണ്ടുവന്നിരിക്കുന്നു."

തിരിഞ്ഞുനോക്കി.

ചേച്ചിയുടെ കൈയിൽ ഒരു പാവ. കാണാൻ നല്ല ഭംഗി. കൊതി തോന്നി. കൈ നീട്ടി വാങ്ങിച്ചു.

ചേച്ചിയോട് സ്നേഹം തോന്നി. ചേട്ടനോട് സ്നേഹം തോന്നി.

വേഗം പൂമുഖത്തേക്കോടി. ചേട്ടൻ കസേരയിൽനിന്ന് വീണോ?...

സന്തോഷമായി. കസേര അതേപടി ഇരിക്കുന്നു. ചേട്ടൻ കിണറ്റുകരയിൽനിന്ന് കാല് കഴുകുന്നേയുള്ളൂ. ഹാവൂ! ആശ്വാസമായി.

ആരും കാണാതെ തിരികെ കസേരയിൽ ഊരിയ വടി എടുത്തിട്ടു.

പാവയുമായി മാവിൻചുവട്ടിലേക്ക് കുട്ടി നടന്നു.

നിബന്ധന

വില്ലങ്കുരങ്ങനും മല്ലങ്കുരങ്ങനും ചങ്ങാതിമാരാണ്. “വില്ലാ. ഇല്ലിമുളങ്കാടിനപ്പുറത്തും രാജ്യമുണ്ടത്രെ” മല്ലൻ പറഞ്ഞു. “എങ്കി നമുക്കവിടെയൊക്കെ ഒന്നു ചുറ്റിയടിച്ചാലോ.” വില്ലന് തിടുക്കമായി.

“ആ രാജ്യക്കാർ മരംവെട്ടാൻ വരുന്നവരെപ്പോലെ നമ്മളെ കല്ലെറിഞ്ഞാലോ.” മല്ലന് ഭയം.

“പക്ഷികളെപ്പോലെ ചിറകുകളുണ്ടായാൽ ഒരുത്തനെയും പേടിക്കേണ്ടല്ലോ” വില്ലന്റെ ബുദ്ധി തിളങ്ങി.

“നമുക്ക് വനദേവതയോട് ആവശ്യപ്പെടാം” മല്ലൻ നിർദ്ദേശിച്ചു. അവർ ഉൾക്കാട്ടിലെത്തി.

“വനദേവതേ വന്നാലും വരം തന്നാലും” രണ്ടുപേരും കണ്ണടച്ച് കൈകളുയർത്തി വിളിച്ചു തുടങ്ങി. “ഭക്തരെ എന്താണ് വേണ്ടത്?” വനദേവത പ്രത്യക്ഷപ്പെട്ട് ചോദിച്ചു.

“ഞങ്ങൾക്ക് ഇല്ലിമുളങ്കാടിനപ്പുറത്തുള്ള രാജ്യങ്ങളിലേക്ക് പോകണം. അതിന് പക്ഷികളെപ്പോലുള്ള ചിറകുകൾ വേണം.” രണ്ടുപേരും ഒരുമിച്ചു പറഞ്ഞു.

“നിങ്ങളുടെ ആഗ്രഹം സാധിച്ചു തരാം. ഒരു നിബന്ധനയുണ്ട്. നല്ല കാര്യങ്ങളേ ചെയ്യാവൂ” വനദേവത പറഞ്ഞു.

"ഞങ്ങൾ നിബന്ധന പാലിച്ചുകൊള്ളാം" ചങ്ങാതിമാർ സമ്മതിച്ചു. വരം നല്കി വനദേവത അപ്രത്യക്ഷയായി.

മല്ലനും വില്ലനും ചിറകുകൾ പ്രത്യക്ഷപ്പെട്ടു. ഇരുവരും ഉത്സാഹത്തോടെ ആകാശത്തേക്കുയർന്നു. ഇല്ലിമുളങ്കാട് ചെറുതായി ചെറുതായി വന്നു. അവർ വടക്കോട്ട് പറന്നു. പച്ചവിരിച്ച വയലുകൾ. തിളങ്ങി നില്ക്കുന്ന കായൽ. ആർത്തലയ്ക്കുന്ന കടൽ... രസകരമായ കാഴ്ചകൾ.

"വില്ലാ. നോക്ക് ഒരു കരിമ്പൂതം!" മല്ലൻ പേടിച്ചുവിറച്ചു പറഞ്ഞു.

"ഭൂതമല്ല. മലയാണ്!" വില്ലൻ അറിയിച്ചു.

അവർ പറക്കുന്ന വേഗത കുറച്ചു. മലയിലെ കരിമ്പാറകളിൽ അവർ ഓടിച്ചാടി നടന്നു.

താഴ്വാരത്ത് ചുവന്ന പട്ട് വിരിച്ചതുപോലുള്ള കാഴ്ച കണ്ട് അവർ അങ്ങോട്ട് പറന്നു.

അതൊരു ആപ്പിൾ തോട്ടമായിരുന്നു. മരങ്ങളിൽ നിറയെ മൂത്തുപഴുത്ത ചുവന്ന ആപ്പിളുകൾ. അവർ ആർത്തിയോടെ പറിച്ചു തിന്നുതുടങ്ങി. വയർ നിറഞ്ഞപ്പോൾ ആപ്പിളുകൾ പറിച്ച് കടിച്ച് എറിഞ്ഞ് രസിച്ചു. മരച്ചുവടുകൾ മൂത്തതും അല്ലാത്തതുമായ ആപ്പിളുകളാൽ നിറഞ്ഞു.

ബഹളം കേട്ട് മല്ലനും വില്ലനും ഞെട്ടി. കുറെ മനുഷ്യർ വടികളും കല്ലുകളുമായി ഓടി വരുന്നു. പെട്ടെന്ന് കല്ലേറ് തുടങ്ങി.

പരിഭ്രാന്തരായ ചങ്ങാതിമാർ ആകാശത്തേക്കുയർന്നു. ദൂരെ ഒറ്റപ്പെട്ട ഞാവൽ മരത്തിൽ അവർ അഭയം തേടി.

ഇരുട്ടായപ്പോൾ സംതൃപ്തരായി ഉറങ്ങി.

"ഇനി നമുക്ക് കിഴക്കോട്ട് പറക്കാം" രാവിലെ ഉണർന്നപ്പോൾ മല്ലൻ പറഞ്ഞു. വില്ലന് സമ്മതം.

ഉത്സാഹത്തോടെ പറക്കാൻ തുനിഞ്ഞപ്പോൾ രണ്ടുപേരും പകച്ചുപോയി. പറക്കാൻ ചിറകുകളില്ല.

"വനദേവതയുടെ നിബന്ധന പാലിച്ചവരാണല്ലോ നമ്മൾ" മല്ലന് സംശയം.

"നമ്മൾ നന്മകളേ ചെയ്തിട്ടുള്ളൂ" വില്ലൻ ഉറപ്പിച്ചു.

"നമുക്ക് ഇല്ലിമുളങ്കാട്ടിലേക്ക് മടങ്ങാം." മല്ലൻ അഭിപ്രായപ്പെട്ടു. അവർ നിരാശയോടെ മരത്തിൽനിന്നിറങ്ങി. ചെന്നുപെട്ടതോ ഒരു വലയിൽ.

"കിട്ടിപ്പോയി. ഓടി വാ കൂട്ടരേ!" ഓടിവന്ന ഒരുത്തൻ വിളിച്ചുകൂവി.

അല്പസമയത്തിനുള്ളിൽ വടികളും കല്ലുകളുമായി ആളുകളെത്തി. അവർ മരത്തിനു ചുറ്റും കൂടിനിന്നു.

ചിലർ കല്ലെറിഞ്ഞു തുടങ്ങി. "അരുത് കല്ലെറിയരുത്! ഇവന്മാർ നമ്മുടെ ആപ്പിൾത്തോട്ടത്തിൽ കടന്ന് നാശമുണ്ടാക്കി. നമ്മുടെ വരുമാനം ഇല്ലാതാക്കി. ഇവർക്കുള്ള ശിക്ഷ ഇതല്ല." നേതാവ് പറഞ്ഞു.

രണ്ടുപേർ ഒരു മരക്കൂട് പിടിച്ചു കൊണ്ടുവന്നു. വില്ലനും മല്ലനും മരക്കൂട്ടിനകത്തായി. മരക്കൂട് അങ്ങാടിയിൽ സ്ഥാപിച്ചു. ചെയ്തുപോയ കുറ്റമോർത്ത് വില്ലനും മല്ലനും മൂകരായി.

കാടുവാഴി

ഒരിക്കൽ ഇല്ലിമുളങ്കാട്ടിൽ ഒരു കടുവയെത്തി. ക്രൂരനായ അവൻ കാടുവാഴാൻ തുടങ്ങിയതോടെ മൃഗങ്ങൾക്ക് പുറത്തിറങ്ങുവാൻ വയ്യാതായി. പട്ടിണികൊണ്ട് പലരും വലഞ്ഞു. ആർത്തിക്കുറുക്കൻ ശിങ്കിടിയായതോടെ കാടുവാഴിക്ക് ഉത്സാഹമായി. ആർത്തിക്കുറുക്കൻ മൃഗങ്ങളെ കാട്ടിക്കൊടുക്കും. കാടുവാഴി കൊന്നുതിന്നും. ഉച്ഛിഷ്ടംതിന്ന് പള്ള നിറയ്ക്കുന്ന ആർത്തിക്കുറുക്കന് എന്നും കുശാൽ.

ഇല്ലിമുളങ്കാട്ടിലെ വാനരന്മാർക്ക് കുഴപ്പമില്ല. അവർ മരങ്ങളിൽ യഥേഷ്ടം വിഹരിച്ചു നടന്നു. എങ്കിലും സഹജീവികൾക്കുണ്ടായ അരക്ഷിതാവസ്ഥയിൽ അവരെല്ലാം ദുഃഖിതരാണ്. എന്തുചെയ്യാം?

അങ്ങനെയിരിക്കെ ഇല്ലിമുളങ്കാട്ടിൽ ഒരു കൊമ്പനാനയെത്തി.

"കൊമ്പഞ്ചേട്ടന് ഇല്ലിമുളം കാട്ടിലേക്ക് സ്വാഗതം." മുളങ്കൊമ്പിലിരുന്ന കോമൻ വാനരൻ എതിരേറ്റു.

"തിന്നാനെന്തെങ്കിലും ഉണ്ടോടോ?" യാത്രചെയ്ത് ക്ഷീണിച്ച കൊമ്പൻ തിരക്കി.

"പനമ്പട്ടയോ കരിമ്പോ?" ചോദിച്ചുകൊണ്ട് കോമൻ മുന്നേ

നടന്നു.

അടിവെച്ചടിവെച്ച് കൊമ്പൻ പിന്നാലെയും.

നിരനിരയായി നില്ക്കുന്ന പനകൾ!

കൊമ്പൻ തുമ്പിക്കൈ നീട്ടി പനമ്പട്ട വലിച്ചൊടിച്ചുതിന്നു. ചോലയിൽനിന്ന് തെളിനീർ ആവോളം കുടിച്ചു. മരച്ചുവട്ടിൽ വിശ്രമിച്ചു.

കോമൻ കൗതുകത്തോടെ നോക്കിനിന്നു.

"കരിമ്പെവിടെ?" കുറച്ചുകഴിഞ്ഞപ്പോൾ കൊമ്പൻ ചോദിച്ചു. കോമൻ കരിമ്പിൻ കാട്ടിലേക്ക് കൊമ്പനെ ആനയിച്ചു.

കരിമ്പിൻ തണ്ടുകൾ ഞെരിഞ്ഞമർന്നു. കൊമ്പൻ ആർത്തിപ്പണ്ടാരമായി. അതുകണ്ട് കോമനും രണ്ട് തണ്ട് കടിച്ചുചവച്ചു.

കോമനെ പുറത്തിരുത്തി കൊമ്പൻ കാടാകെ ചുറ്റിയടിച്ചു.

ഇവിടെ വേറെ മൃഗങ്ങളൊന്നുമില്ലേ ഡേ?" കൊമ്പൻ അന്വേഷിച്ചു.

കോമൻ ഇല്ലിമുളങ്കാട്ടിലെ അവസ്ഥ വിവരിച്ചു.

കൊമ്പൻ താളത്തിൽ ചെവിയാട്ടി കേട്ടു.

"എങ്ങനെയും ആ പാവം മൃഗങ്ങളെ രക്ഷിക്കണം? എന്നാൽ ചേട്ടന് നൂറ് പുണ്യം കിട്ടും."

കോമൻ അപേക്ഷിച്ചു.

അത്താഴത്തിന് വാനരന്മാർ വിളമ്പിയ അത്തിപ്പഴങ്ങളും ഞാവൽപ്പഴങ്ങളും വാഴക്കുലകളും കഴിച്ച് കൊമ്പൻ ഏമ്പക്കംവിട്ടു.

"കറുമ്പൻ പാരയാകുമോടാ?" ആർത്തിക്കുറുക്കനിൽനിന്ന് കൊമ്പന്റെ വിവരമറിഞ്ഞ കാടുവാഴി ആശങ്കയിലായി.

"ഹേയ്! ഒരിക്കലുമില്ല. കറുമ്പനെ ശിങ്കിടിയാക്കാന്നേ" ആർത്തിക്കുറുക്കൻ സമാധാനിപ്പിച്ചു.

"എവിടെയുണ്ട് ആ നീചൻ കടുവയും കുറുക്കനും." അടുത്ത ദിവസം കരിമ്പിൻകാട്ടിൽ നിന്നിറങ്ങിയ കൊമ്പൻ ചോദിച്ചു.

കോമൻ ഗുഹ കാട്ടിക്കൊടുത്തു.

കൊമ്പന്റെ അലർച്ചകേട്ട് ആർത്തിക്കുറുക്കന്റെ തല

പുറത്തേക്ക് നീണ്ടു.

"ഇല്ലിമുളങ്കാട്ടിൽവന്ന് സാധാരണക്കാരായ മൃഗങ്ങളെ കൊന്ന് തിന്നുന്നതും കാട്ടിൽ ഭീതിപരത്തുന്നതും കുറ്റകരം! ഒരു രാത്രി സമയമുണ്ട്. അതിനുള്ളിൽ കാടുവിടണം."– കൊമ്പൻ ആജ്ഞാസ്വരത്തിൽ അറിയിച്ചു.

ആർത്തിക്കുറുക്കൻ തലവലിച്ചു കളഞ്ഞു.

"പുറത്തൊരു ശബ്ദം കേട്ടല്ലോ?" മയക്കത്തിൽനിന്നുണർന്ന് കാടുവാഴി ചോദിച്ചു.

"കരിമ്പുതിന്ന് മടങ്ങുന്ന കറുമ്പൻ ഏമ്പക്കമിട്ടതാണ്." ആർത്തിക്കുറുക്കൻ ഒരുനുണ കാച്ചി.

കറുമ്പന്റെ ജല്പനങ്ങൾ അറിഞ്ഞാൽ കാടുവാഴി കടന്ന് കളഞ്ഞെന്നുവരാം. തന്റെ കാര്യം പിന്നെപോക്കാണ്. കുറെ ദിവസം പുറത്തിറങ്ങാതെയിരുന്നാൽ കാടുവാഴി ഭയന്നോടിയെന്ന് കറുമ്പൻ കരുതും. അതോടെ കറുമ്പൻ മടങ്ങിക്കോളും. അതുവരെ കാടുവാഴിയെ ഗുഹയ്ക്ക് പുറത്ത് ഇറക്കിക്കൂടാ. ആർത്തിക്കുറുക്കൻ കണക്കുകൂട്ടി.

"ഏമാനെ, ഇനി വേട്ടയ്ക്കിറങ്ങേണ്ട. ആടും മുയലും മാനുമൊക്കെ ഇങ്ങോട്ട് വരും. അതിനുള്ള ഏർപ്പാടും അടിയൻ കറുമ്പനെക്കൊണ്ട് ചെയ്യിപ്പിച്ചിട്ടുണ്ട്."– ആർത്തിക്കുറുക്കൻ അറിയിച്ചു.

കാട്ടിൽ അലയേണ്ട! കണ്ണുരുട്ടേണ്ട സുഭിക്ഷമായ ഭക്ഷണം. സുഖനിദ്ര. കാടുവാഴിക്കാശ്വാസമായി.

അടുത്തദിവസം "അമൃതേത്തിനുള്ള വകയെത്തിയോടെ?"– കാടുവാഴി ചോദിച്ചു.

"കറുമ്പൻ ഏർപ്പെടുത്തിയിട്ടുണ്ട്. ഇപ്പം ഇങ്ങെത്തും. ആടാണോ മാനാണോ മുയലാണോ എന്ന് വന്നാലെ പറയാൻ പറ്റൂ" ആർത്തിക്കുറുക്കൻ തട്ടിവിട്ടു.

കാടുവാഴി ഭക്ഷണരുചി സ്വപ്നം കണ്ടു മയങ്ങി. പുറത്ത് മരങ്ങൾ ഒടിയുന്ന ശബ്ദം.

"എന്താണത്?" ഞെട്ടിയുണർന്ന് കാടുവാഴി ചോദിച്ചു.

"യേമാനെ മനുഷ്യര് മരം വെട്ടുകേണ്. ഇവമ്മാര് മരോക്കെ

വെട്ടി കാടു നാടാക്കുവോന്നാ അടിയന്റെ പേടി."

ആർത്തിക്കുറുക്കൻ പറഞ്ഞു.

കുറച്ചുകഴിഞ്ഞപ്പോൾ ഗുഹയ്ക്കുള്ളിൽ ഗുമുഗുമാന്ന് പുകയെത്തി.

കാടുവാഴി ചുമച്ചുകൊണ്ട് ചാടിയെഴുന്നേറ്റു.

"യേമാനെ മനുഷ്യര് മരം ചുടുകേണ്! പുറത്തിറങ്ങരുത്. അവരുടെ കൈയിൽ തോക്കുണ്ടാകും!"

ആർത്തിക്കുറുക്കൻ ഉപദേശിച്ചു.

കാടുവാഴിക്ക് ഉൽക്കണ്ഠയായി.

കറുമ്പന്റെ ചിന്നംവിളി! ആടു കരയുന്നു!

"യേമാനെ കറുമ്പൻ ആടുമാടുമായി വരുകേണ്" ആർത്തിക്കുറുക്കൻ പറഞ്ഞു.

കാടുവാഴി നാവ് നൊട്ടിത്തുടങ്ങി.

അപ്പോൾ പുറത്ത് മൃഗങ്ങളുടെ കൂട്ടക്കരച്ചിലുകൾ! കാക്കകൾ നിർത്താതെ കരയുന്നു.

ഗുഹയ്ക്കുള്ളിൽ കൂടിക്കൂടി വരുന്ന ചൂട്. എന്തോ പന്തികേടുണ്ട്. ആർത്തിക്കുറുക്കൻ പുറത്തേക്കിറങ്ങി. എങ്ങും തീയും പുകയും മാത്രം.

പോത്തുകളും മാനുകളും പരക്കം പായുന്നു.

"ഓടിരക്ഷപ്പെടൂ."

കൊമ്പൻ വിളിച്ചു പറയുന്നു.

"യേമാനെ, കാട്ടുതീ രക്ഷപ്പെട്ടോ" വിളിച്ചുപറഞ്ഞുകൊണ്ട് ആർത്തിക്കുറുക്കൻ പാഞ്ഞു.

പിന്നാലെ കാടുവാഴിയും കുതിച്ചു.

വഴിക്കിരുവശവും തീക്കുണ്ഡങ്ങൾ കണ്ട് അവർ ഞെട്ടി! ഓടിയോടി അവർ ഇല്ലിമുളങ്കാടിന്റെ അതിരിലെത്തി.

"ഒരു പാതയുണ്ടായിരുന്നതുകൊണ്ട് രക്ഷപ്പെട്ടു!"– കിതച്ചുകൊണ്ട് ആർത്തിക്കുറുക്കന്റെ പറഞ്ഞു. ആശ്വാസത്തോടെ കാടുവാഴി മുന്നോട്ട് കുതിച്ചു.

അപ്പോൾ കരിയിലകൾ ചിതറി. ചുള്ളിക്കമ്പുകൾ ഒടിഞ്ഞ് മറിഞ്ഞു. കാടുവാഴിയും പിന്നാലെ ആർത്തിക്കുറുക്കനും

വലിയൊരു കിടങ്ങിൽവീണ് കൈകാലിട്ടടിച്ചു.

"കൊമ്പൻചേട്ടാ സംഗതി കലക്കി! ഓപ്പറേഷൻ സക്സസ്"

ഞാവൽ മരത്തിന്റെ മുകളിലിരുന്ന് കോമൻ വിളിച്ചു പറഞ്ഞു.

മരങ്ങൾ പിഴുതും ഒടിച്ചുനിരത്തിയും വിഷമിച്ച കൊമ്പൻ ആഹ്ലാദത്തോടെ ചെവികളാട്ടി.

കരിയിലകൾ വാരിയിട്ടും തീ കൊളുത്തിയും നടന്ന വാനരന്മാർ ആഹ്ലാദത്തോടെ കുമ്മിയടിച്ചു.

കരഞ്ഞുകൊണ്ട് അങ്ങോട്ടുമിങ്ങോട്ടും ഓടിനടന്ന പോത്തുകളും ആടുകളും മാനുകളും തുള്ളിച്ചാടി.

"ഇല്ലിമുളങ്കാട് നിവാസികളെ, ഇനി നിങ്ങൾ ആരേയും ഭയപ്പെടേണ്ട! ഈ കാടുവാഴാൻ ആരും വരില്ല! നിങ്ങളുടെ കാട് നിങ്ങൾക്ക് സ്വന്തം"– കൊമ്പൻ പ്രഖ്യാപിച്ചു.

"കൂട്ടിന് എന്നും കൊമ്പൻ ചേട്ടനുമുണ്ടാകണം." കോമൻ അപേക്ഷിച്ചു പക്ഷികൾ ചിറകടിച്ച് അത് പിന്താങ്ങി.

ഉരുളി

പണ്ട് തിരുവിതാംകൂറിൽ ഒരനന്തിരവന് അമ്മാവനോട് പക തോന്നി. അമ്മാവൻ ജന്മിയാണ്. ഏക്കറ് കണക്കിന് പറമ്പും നിലങ്ങളുമുണ്ട്. ഒരുപാട് ആശ്രിതന്മാരും അടിയാന്മാരുമുണ്ട്. നാട്ടിലെ നിലയും വിലയുമുള്ളയാൾ.

ഒരു ദിവസം അനന്തിരവൻ ഏതോ കാര്യത്തിന് അമ്മാവന്റെ മുഖത്ത് നോക്കി തർക്കുത്തരം പറഞ്ഞത്രെ!

അമ്മാവൻ ദേഷ്യംകൊണ്ട് കണ്ണുമിഴിച്ചു.

"ചാട്ടവാർ കൊണ്ടുവരൂ." അമ്മാവൻ വിളിച്ചു പറഞ്ഞു.

കിങ്കരന്മാരായ തേവനും പപ്പനും ചാട്ടവാറുമായി വന്നു. അവർ അമ്മാവന്റെ ആംഗ്യപ്രകാരം അനന്തിരവനെ ഉമ്മറത്തൂണിൽ പിടിച്ച് കെട്ടിയിട്ടു. തേവൻ ചാട്ടവാർ വീശി. അടിയേറ്റ് അനന്തിരവൻ പുളഞ്ഞു. "മതി."

പത്തടി കഴിഞ്ഞപ്പോൾ അമ്മാവൻ പറഞ്ഞു.

കിങ്കരന്മാർ അനന്തിരവന്റെ കെട്ടഴിച്ചു.

"പരദേവതേ ഇച്ചെക്കന് നല്ല ബുദ്ധി നല്കണേ..." ദേഷ്യം ശമിച്ചപ്പോൾ തെക്കുപുറത്ത് കുടികൊള്ളുന്ന പരദേവതയോട് അമ്മാവൻ അപേക്ഷിച്ചു.

തിണർത്ത് ചോരപൊടിഞ്ഞ ശരീരം നോക്കി അനന്തിരവൻ

നെടുവീർപ്പിട്ടു. പരദേവതയെ കുറേ നേരം നോക്കിയിട്ട് അവൻ കടന്നുപോയി. അവന്റെയുള്ളിൽ പകയുടെ വിത്ത് മുളച്ചു. അങ്ങനെയിരിക്കെ പരദേവതയ്ക്ക് മാസംതോറും നടത്തുന്ന വിശേഷപൂജയ്ക്കുള്ള ദിവസമെത്തി. "തമ്പ്രാ നിലവറയിൽ ഉരുളി കാണാനില്ല." വേലക്കാരി വന്നറിയിച്ചു.

ജന്മി ഞെട്ടി. നിവേദ്യത്തിന് പായസം വെക്കുന്ന ഉരുളിയാണ് കാണാതായത്. കാരണവന്മാരുടെ കാലം മുതൽ പായസംവെക്കാൻ ഉപയോഗിക്കുന്നത് ആ ഉരുളിയാണ്.

സേവകർ കുത്തുവിളക്കുമായി നിലവറയിൽ കയറി നോക്കി. ഉരുളി കാണാനില്ല. വേലക്കാരെ എത്ര വിസ്തരിച്ചിട്ടും ഒരു തുമ്പും കിട്ടിയില്ല.

തല്ക്കാലം മറ്റൊരു ഉരുളിയിൽ പായസം വെക്കേണ്ടിവന്നു. പൂജ കഴിഞ്ഞയുടനെ ജ്യോത്സ്യനെ വരുത്തി.

"പുറത്തുള്ളവന്റെ കൈയിലാണ് ഉരുളിയുള്ളത്. ഒരബദ്ധം പറ്റിയതാണ്. ഒരാഴ്ചയ്ക്കകം ഉരുളി തിരിച്ചുകൊണ്ടുവന്ന് വെക്കും." ജ്യോത്സ്യൻ അറിയിച്ചു.

ഒരാഴ്ച കഴിഞ്ഞിട്ടും ഉരുളി എത്തിയില്ല. നിവേദ്യംവെക്കാൻ മാത്രം ഉപയോഗിക്കുന്ന ഉരുളിയാണ്. അത് കാണാതെ പോവുക ഐശ്വര്യക്കുറവാണ്!

ജന്മിക്ക് പരിഭ്രമമായി.

എങ്ങനെയോ കിട്ടനെപ്പറ്റി ഓർത്തുപോയി. വല്ലപ്പോഴും പണിക്ക് വരുന്നയാളാണ്. മൂന്നും നാലും ദിവസം തങ്ങിയിട്ടേ തിരിച്ചുപോകൂ. പൂജാദിവസം സ്ഥിരമായെത്തും. എന്നാൽ ഇത്തവണ പൂജയ്ക്ക് എത്തിയതുമില്ല. ജന്മി വേലക്കാരനെ വിട്ട് കിട്ടനെ വരുത്തി.

"നീ എവിടെയായിരുന്നു?" ജന്മി ചോദിച്ചു.

''ഏന് മുട്ടുവേദനയായിരുന്നു തമ്പ്രാ..! നടക്കാൻ വയ്യായ്ക"–കിട്ടൻ പറഞ്ഞു.

"നിലവറയിൽ നിന്നെടുത്ത ഉരുളി എവിടെ..?" ജന്മിയുടെ ശബ്ദത്തിന് കനം.

"അടിയന് എന്തിനാണുരുളി" കിട്ടൻ അതിശയിച്ചു.

“ചാട്ടവാറെടുത്തോ..” ജന്മി കല്പിച്ചു. തേവനും പപ്പനും കിട്ടനെ ഉമ്മറത്തുണിൽ പിടിച്ചുകെട്ടി. ചാട്ടവാർ മൂളി. മർദ്ദനമേറ്റ് കിട്ടൻ ഞെരിപിരികൊണ്ടു. “അടിയൻ ഉരുളി എടുത്തിട്ടില്ല തമ്പ്രാ..” കിട്ടന്റെ എട്ടുനാടും പൊട്ടുന്ന ദീനരോദനം. കിട്ടന്റെ ബോധംകെടുന്നതുവരെ ചാട്ടവാർ മുഴങ്ങിക്കൊണ്ടിരുന്നു.

ജന്മിക്ക് വാശിയേറി.. കിട്ടന് ബോധം വന്നപ്പോൾ നാടുവാഴിക്ക് മുന്നിൽ ഹാജരാക്കി. നാടുവാഴി കിട്ടനെ വിസ്തരിച്ചു. കിട്ടൻ കുറ്റമേറ്റില്ല.

“ഇവൻ നിലവറയിൽ കേറി പരിചയമുള്ളവനാണ്. പുറത്തുനിന്ന് മറ്റാരും വന്നിട്ടില്ല. എനിക്കതുറപ്പുണ്ട്.” ജന്മി ഉറപ്പിച്ച് പറഞ്ഞു.

ജന്മിയുടെ വാക്കിന് വിലയുണ്ട്! നാടുവാഴി ആലോചനയിലായി. കിട്ടൻ ജന്മിയെ അപേക്ഷാഭാവത്തിൽ നോക്കി. ജന്മി കിട്ടനെ വെറുപ്പോടെ വീക്ഷിച്ചു.

“കിട്ടനെ കുടം കഴുത്തിൽക്കെട്ടി നദിയിൽ ഇറക്കുക” നാടുവാഴി ശിക്ഷ വിധിച്ചു. കിട്ടൻ ഞെട്ടിപ്പോയി.

നാടുവാഴിയുടെ സേവകർ കിട്ടനെ തടവിലാക്കി. കഴുത്തിൽ കെട്ടാനുള്ള വലിയ കുടത്തിന് കുശവനെ ഏർപ്പാടാക്കി. മൂന്നുദിവസംകൊണ്ട് കുടം നിർമ്മിച്ച് എത്തിക്കാമെന്ന് കുശവൻ ഏറ്റു. ആ ദിവസമെത്തി. പുഴയുടെ തീരത്ത് കിട്ടനെ കൊണ്ടുവന്നു. വലിയ മൺകുടം കിട്ടന്റെ പിറകിൽ കഴുത്തിൽ കെട്ടിയിട്ടു.

അകലെ ശിക്ഷ കാണാൻ പുരുഷാരം തടിച്ചുകൂടി.

“കുറ്റവാളിയെ പുഴയിലിറക്കുവിൻ..” നാടുവാഴി കല്പിച്ചു.

കിട്ടൻ കുറ്റമേറ്റ് പറയുമെന്ന പ്രതീക്ഷയിൽ ജന്മി ആകാംക്ഷയോടെ നിന്നു. സേവകർ കിട്ടനെ പുഴയിലേക്ക് ഇറക്കിവിട്ടു. തന്റെ ഉറ്റവരെ ഒരുനോക്കു കാണുവാൻ കിട്ടൻ വെമ്പൽ കൊണ്ടു. തിരിഞ്ഞ് നോക്കിയാൽ മർദ്ദനമുണ്ടാകും. പോകുന്നത് മരണത്തിലേക്കാണ്. തേങ്ങിപ്പോയി.

“നടക്ക്. നടക്ക്...” സേവകർ കല്ലുകൊണ്ടെറിയാൻ തുടങ്ങി.

വെള്ളം കിട്ടന്റെ മുട്ടിന് മേലായി. പിന്നെ അരവരെയായി. കഴുത്തിനോടടുക്കാറായി.

"താമസിയാതെ കുടത്തിൽ വെള്ളം കയറിനിറയും. ഇപ്പോൾ കുടം നിറഞ്ഞ് കിട്ടൻ തലകുത്തി വെള്ളത്തിൽ താഴും." കൂടി നിന്നവർ പരസ്പരം അടക്കം പറഞ്ഞു.

കുറ്റവാളിയുടെ നിലവിളി ഉയരുന്നതുകേട്ട് കാഴ്ചക്കാർ ബഹളം വെക്കാതിരിക്കാൻ സേവകർ ആർപ്പുവിളി തുടങ്ങി.

കുടം നിറഞ്ഞ് നടുക്കുവെച്ച് വിണ്ടുപോയി. കുടത്തിന് കനമില്ലാതെ വന്നപ്പോൾ കിട്ടന് അത്ഭുതം. അവസരം പാഴാക്കാതെ അവൻ മുങ്ങി. തുഴച്ചിലറിയാവുന്നതുകൊണ്ട് മുന്നോട്ട് നീങ്ങി.

ഇതൊന്നുമറിയാതെ കിങ്കരന്മാർ കരയിൽനിന്ന് ആർപ്പു വിളിച്ച് ആഘോഷിച്ചു.

ജനം പിരിഞ്ഞുപോയി. വീതിയുള്ള പുഴ, കലങ്ങിമറിഞ്ഞ ജലം. അക്കരെ മറ്റൊരു രാജ്യം.. തീരത്ത് കണ്ടൽക്കാടുകൾ. കിട്ടൻ അക്കരെ കയറി രക്ഷപ്പെട്ടു.

അകലെ ഒരു കുന്നിൽ ഒളിച്ചിരുന്ന് രംഗം വീക്ഷിച്ച അനന്തിരവൻ ആശ്വസിച്ചു.

കുശവനെക്കൊണ്ട് മൺകുടത്തിന് അപാകതയുണ്ടാക്കാൻ ഏർപ്പാടാക്കിയതിനാൽ ഒരു നിരപരാധി രക്ഷപ്പെട്ടു. ഉരുളി മോഷ്ടിച്ച് രാജ്യം കടത്തുവാൻ കുറെ ബുദ്ധിമുട്ടിയെങ്കിലും അമ്മാവനോടുള്ള പക തീർക്കാൻ പറ്റിയല്ലോ!

അനന്തിരവൻ ഒരു മൂളിപ്പാട്ടും പാടി മടങ്ങിപ്പോയി.

ആർത്തിക്കുറുക്കന്റെ പ്രയാണം

കുന്നിലെത്തുമ്പോൾ ആർത്തിക്കുറുക്കൻ പരവശനായി! ഇനിയല്പം വിശ്രമം. വിശപ്പ് വയറ്റിൽ വിസിലടിക്കുന്നു. തൊണ്ട വളരുന്നു. ഇന്നത്തെ കണി മോശം! ഒരു കോഴിയെ ഒത്തുകിട്ടിയതാണ്. കല്ലേറുകൊണ്ട് പുളഞ്ഞപ്പോൾ കോഴിയല്ല ജീവിതമാണ് വലുതെന്ന് തോന്നി.

താഴ്വാരത്തിലെ കുറ്റിക്കാടിനിടയിൽ വെളുത്ത ഒരു ജീവിയുടെ ചലനം ഉറ്റുനോക്കുമ്പോൾ ജീവികളുടെ എണ്ണം പെരുകുന്നു.

ഹുറേയ്....! മനസ്സിൽ ആഹ്ലാദം പൊട്ടിവിരിഞ്ഞു. മുയൽത്തെരുവിലാണ് എത്തിയിരിക്കുന്നത്! പാരവശ്യം പമ്പകടന്നു. താഴ്വരയിലേക്ക് നൂണിറങ്ങി.

"മക്കളേ... നമ..സ്കാരം..!"

കൈകൾ കൂപ്പി അഭിവാദ്യം ചെയ്തു. കൃഷിപ്പണികൾ ചെയ്യുന്ന മുയലുകൾ തലയുയർത്തി.

"ആരാ?–" മുയലുകളുടെ നേതാവ് ചെവിയൻ കുട്ടൻ അന്വേഷിച്ചു.

അമ്മാവൻ എന്നു കരുതിയാ മതി. ഒരു തീർത്ഥാടനത്തിന്

പുറപ്പെട്ടതാണ്. എനിക്കല്പം ദാഹജലം വേണം. ആർത്തിക്കുറുക്കൻ പറഞ്ഞു.

"വന്നാട്ടെ!" ചെവിയൻകുട്ടൻ പാറമടയിലേക്കാനയിച്ചു.

"നിനക്ക് നൂറ് പുണ്യം കിട്ടും." ദാഹജലം കിട്ടിയപ്പോൾ ആർത്തിക്കുറുക്കൻ നന്ദി പറഞ്ഞു.

ചെവിയൻ കുട്ടന് സന്തോഷമായി.

"നിങ്ങൾ കൃഷിക്കാരാണല്ലേ! കൊള്ളാം! വല്ലവരുമുണ്ടാക്കുന്നത് വിശ്വസിച്ച് കഴിക്കാൻ വയ്യാത്ത കാലമാണേ?"

ആർത്തിക്കുറുക്കൻ തട്ടിവിട്ടു.

തങ്ങളെക്കാൾ വലിയ ശരീരമുള്ള അതിഥിയെ മുയലുകൾ വിസ്മയത്തോടെ നോക്കിനിന്നു.

"മക്കളേ, അദ്ധ്വാനിക്കുന്ന നിങ്ങളെ കാണാൻ കഴിഞ്ഞതിൽ ഈയമ്മാവൻ അത്യധികം സന്തോഷിക്കുന്നു!" ആർത്തിക്കുറുക്കന്റെ അഭിനന്ദനം. അതുകേട്ടതും മുയലുകൾക്ക് അതിഥിയോട് ആദരവുണ്ടായി.

മുയലുകളുടെ കുടിലുകൾ നിരീക്ഷിച്ചും മുയൽക്കുട്ടികളെ തൊട്ടുതലോടിയും ആർത്തിക്കുറുക്കനങ്ങനെ നടന്നു.

"അമ്മാവാ അത്താഴം കഴിക്കാൻ വന്നാട്ടെ." ചെവിയൻ കുട്ടൻ ക്ഷണിച്ചു. അവർ കാരറ്റും പുല്ലരിഞ്ഞതും വിളമ്പി.

"മക്കളേ, പുല്ലെനിക്ക് അലർജിയാണ്!" കാരറ്റ് ചവച്ചുകൊണ്ട് ആർത്തിക്കുറുക്കൻ പറഞ്ഞു.

"അമ്മാവാ നേരം ഇരുട്ടി, ഞങ്ങളുടെ കുടിലിൽ സൗകര്യം കുറവാണല്ലോ" ചെവിയൻ കുട്ടൻ ശങ്കിച്ചു.

"ഞാനാ കുന്നിലെ മരച്ചോട്ടിലെങ്ങാനും കിടന്നോളാന്നേ" ആർത്തിക്കുറുക്കൻ പറഞ്ഞു. അവൻ കുന്നുകയറി.

മുയലിറച്ചി രുചികരവും വിറ്റാമിൻ കലവറയുമാണ്. ഇവിടെ സ്ഥിരമാക്കാം. തടിയൊന്ന് പുഷ്ടിപ്പെടണം. – മരച്ചുവട്ടിൽ കിടന്ന് ആർത്തിക്കുറുക്കൻ മനപ്പായസം നക്കിക്കുടിച്ച് ഉറങ്ങി. മുയലുകളെ പുകഴ്ത്തിപ്പറഞ്ഞും ഒപ്പം കൃഷിപ്പണികൾ ചെയ്തും രണ്ടുദിവസംകൊണ്ട് അവരുടെ വിശ്വാസം പിടിച്ചെടുത്തു.

മൂന്നാംദിവസം കറുമ്പി മുയലച്ചിയുടെ നിലവിളി താഴ്വാരത്തിൽ മുഴങ്ങി. ആർത്തിക്കുറുക്കൻ ഓടിച്ചെന്നു.

“എന്റെ, പൊടിയനെ കാണുന്നില്ലേ? പൊന്നുമോനെ നീ എങ്ങോട്ടാ പോയേ?” കറുമ്പി മുയലച്ചി മാറത്തടിച്ച് കരയുന്നു. ചെവിയൻ കുട്ടനും കൂട്ടരും കുറ്റിക്കാടുകളിൽ പരതി. പൊടിയനെ കണ്ടില്ല.

“മക്കളേ, നിങ്ങടെ കാരറ്റും മുള്ളങ്കീമൊക്കെ രുചികരം തന്നെ! അത്താഴം കെങ്കേമമായതിനാൽ രാത്രിയിൽ നല്ല ഉറക്കം കിട്ടി.” മുയലുകളുടെ ഒപ്പം നടന്നുകൊണ്ട് ആർത്തിക്കുറുക്കൻ പറഞ്ഞു.

രണ്ടുദിവസംകൂടി കഴിഞ്ഞപ്പോൾ വെളുമ്പൻ മുയലിന്റെ മൂന്നാമത്തെ ചെക്കനെയും കാണാതായി. വെളുമ്പനും വെളുമ്പത്തിയും കരച്ചിലോട് കരച്ചിലായി. ചെവിയൻ കുട്ടൻ പരിഭ്രമിച്ചു. മുയലുകളൊക്കെ അങ്കലാപ്പിലായി.

കുറ്റിക്കാടുകളിൽ തെരഞ്ഞിട്ടും കുട്ടിയെ കണ്ടുകിട്ടിയില്ല.

“അവനെവിടെപ്പോയി?” മുയലുകൾ പരസ്പരം ചോദിച്ചു.

“സൂക്ഷിക്കണം. വടക്കെങ്ങോ ഈയിടെ കുറെ ആട്ടിങ്കുട്ടികളെ കാണാതായി. അന്വേഷിച്ചപ്പോളല്ലേ കാര്യം പിടികിട്ടിയത്. പിള്ളേര് പിടുത്തക്കാരാണത്രെ! അവന്മാരെങ്ങാനും വന്നോ എന്നാണ് എന്റെ സംശയം.” ആർത്തിക്കുറുക്കൻ പറഞ്ഞു.

മുയലുകൾ അന്ന് പണിയൊന്നും ചെയ്തില്ല. ഭക്ഷണവും കഴിച്ചില്ല. താഴ്വാരമാകെ ദുഃഖം തളംകെട്ടിനിന്നു.

ഉച്ചയോടെ താഴ്വാരത്തിൽ ഒരു വിരുന്നുകാരനെത്തി. ചിപ്പിക്കുരുവി.

“നിന്നെ കണ്ടിട്ട് ഒത്തിരി നാളായല്ലോ?” ചെവിയൻകുട്ടൻ ചോദിച്ചു.

“ഞാനും പഞ്ചമിയും കൂടി കൂടൊരുക്കുന്ന തെരക്കിലായിരുന്നു. മുട്ടവിരിഞ്ഞു കുട്ടികളൊക്കെ പറന്നുപോകുന്നതുവരെ കാത്തിരിക്കണമല്ലോ. ആട്ടെ ഇവിടെ എന്താ ഒച്ചയും അനക്കോമൊന്നും ഇല്ലാത്തത്. എന്നാ പറ്റി?” ചിപ്പിക്കുരുവി ചോദിച്ചു.

"ഞങ്ങടെ രണ്ട് കുട്ടികളെ കാണാതായി! ഒരു വിവരോമില്ല." ചെവിയൻ കുട്ടൻ അറിയിച്ചു.

അന്നേരം ആർത്തിക്കുറുക്കൻ കുന്നിലേക്ക് കയറുന്നത് ചിപ്പിക്കുരുവി കണ്ടു. അവൻ പരിഭ്രമിച്ചു. "ദേ ഒരു കുറുക്കൻ."

"അതമ്മാവനാണ്. നല്ല തങ്കപ്പെട്ട ജന്തു, തീർത്ഥയാത്രയ്ക്കിടയിൽ തങ്ങിയതാണ്." ചെവിയൻ കുട്ടൻ അറിയിച്ചു.

"കുറുക്കന്മാരുടെ ഭക്ഷണം ഇറച്ചിയാണ്. സൂക്ഷിക്കണം!" ചിപ്പിക്കുരുവി മുന്നറിയിപ്പ് നല്കി.

"അതിനങ്ങേര് കാരറ്റും മുള്ളങ്കീമാണല്ലോ തിന്നണേ!"

ചെവിയൻ കുട്ടൻ പറഞ്ഞു.

"ഞാനൊന്ന് കറങ്ങീട്ട് വരാം." ചിപ്പിക്കുരുവി പറന്നുപോയി.

കുറേക്കഴിഞ്ഞ് ചിപ്പിക്കുരുവി മടങ്ങിവന്ന് വിളിച്ചു. "വേഗം വരൂ.."

ചെവിയൻ കുട്ടനും വെളുമ്പനും ചിപ്പിക്കു കീഴെ ഓടി. കുന്നിനപ്പുറത്ത് പാറപ്പുറത്തെ കാഴ്ചകണ്ട് അവർ ഞെട്ടി! എല്ലുകളും തലയോടുകളും ചിതറിക്കിടക്കുന്നു. ഈച്ചകൾ ആർക്കുന്നു.

"കാണാതെപോയ കുട്ടികളുടെ അവശിഷ്ടങ്ങളാണ്! ഇതിനുത്തരവാദി നിങ്ങളുടെ അമ്മാവൻ തന്നെ!" ചിപ്പിക്കുരുവി തീർത്തു പറഞ്ഞു.

മുയലുകൾ വ്യാകുലരായി. "അമ്മാവൻ ചമഞ്ഞുവന്ന ആ ദുഷ്ടനെ തുരത്തണം, ചിപ്പിക്കുരുവി നിർബ്ബന്ധിച്ചു.

"ആ ചതിയനെ ഞങ്ങളെങ്ങനെ തുരത്തും?" മുയലുകൾ വിഷമത്തിലായി.

ചിപ്പിക്കുരുവി കുറേനേരം ആലോചനയിലായി.

"എന്റെ ഒരു സുഹൃത്തുണ്ട്. ഞാനയാളെ കണ്ടിട്ട് വരാം. തല്ക്കാലം ഇതാരും അറിയണ്ട." ചിപ്പിക്കുരുവി അതിവേഗം പറന്നു.

ഉച്ചമയക്കത്തിലായിരുന്ന ആർത്തിക്കുറുക്കൻ ഞെട്ടിയുണർന്നു.

കു... ക്രോം... ഹ്രീം..! ഉയരുന്ന മന്ത്രോച്ചാരണങ്ങൾ.

തുടരെയുള്ള മണിനാദങ്ങൾ ആർത്തിക്കുറുക്കൻ താഴ്വാരത്തിലേക്കിറങ്ങി.

അവിടെ വലിയൊരു തീക്കുണ്ഡം. മുയലുകൾ ചുള്ളിക്കമ്പുകൾകൊണ്ടു വന്നിടുന്ന തിരക്കിലാണ്.

"മക്കളേ, എന്താകാര്യം." ആർത്തിക്കുറുക്കൻ ചോദിച്ചു.

"മഹാമാന്ത്രികൻ കൂവക്കാടൻ പൂജ നടത്തുകയാണ്. രണ്ടു കുട്ടികളെ തട്ടിക്കൊണ്ടുപോയ ദുഷ്ടനെ വരുത്താനാണ്. അവൻ എവിടെയായിരുന്നാലും തുള്ളിവന്ന് തീക്കുണ്ഡത്തിൽവീഴും! അതുറപ്പാണ്." ചെവിയൻകുട്ടൻ പറഞ്ഞു.

ആർത്തിക്കുറുക്കൻ ഉള്ളാലെ ഞെട്ടി! അവൻ പറഞ്ഞു: "കുഞ്ഞുങ്ങളെ തട്ടിയ ദുഷ്ടനെ എനിക്കും കാണണം. ചുള്ളിക്കമ്പ് പെറുക്കാൻ വരണമെന്നുണ്ട്. പുകയെനിക്കലർജിയാണ്! ഞാൻ കുന്നിലിരുന്നോളാം." ആർത്തിക്കുറുക്കൻ കുന്നുകയറി.

മുയലുകൾ പറഞ്ഞത് ശരിയാണെങ്കിൽ തന്റെ കാര്യം പോക്കാണ്. കുട്ടികളെ തിന്നുന്നത് താനാണെന്ന് അവരറിഞ്ഞിട്ടില്ല!. ആർത്തിക്കുറുക്കൻ വിചാരിച്ചു.

കും... ക്രോം... ഹ്രീം...

തുള്ളിവാ തീക്കുണ്ഡത്തിൽ വീണ് കരിഞ്ഞുവാ.. കുറ്റിക്കാട്ടിൽനിന്ന് വീണ്ടും ശബ്ദങ്ങൾ ഉച്ചത്തിലുള്ള മണിയടികൾ!

മണിയടികേട്ട് ആർത്തിക്കുറുക്കന് തുള്ളാൻ തോന്നി. മന്ത്രത്തിന്റെ ശക്തിതന്നെ! ആ തിരിച്ചറിവോടെ അവൻ വിറയ്ക്കാൻ തുടങ്ങി. ഞങ്ങളുടെ കുഞ്ഞുങ്ങളെ തിന്ന ദുഷ്ടാ ഓടിവാ... ഓടിവാ..

മുയലുകൾ ഉച്ചത്തിൽ വിളിച്ചുപറയുന്നു.

ആർത്തിക്കുറുക്കന് ഇരിക്കപ്പൊറുതിയില്ലാതായി. ഇനിയിവിടെ നിന്നാൽ മന്ത്രശക്തിയാൽ തുള്ളിപ്പോയി തീക്കുണ്ഡത്തിൽവീഴും. വേണ്ടത് മുയലിറച്ചിയല്ല. ജീവനാണ്. ആവുന്നത്ര ശക്തിയെടുത്ത് കുന്നിന്റെ മറുവശത്തുകൂടെ പാഞ്ഞു.

മരക്കൊമ്പിൽ ഒളിച്ചിരുന്ന ചിപ്പിക്കുരുവി താഴ്വാരത്തി

ലേക്ക് പറന്നു. “സുഹൃത്തുക്കളേ, അവൻ കടന്നു!” ചിപ്പിക്കുരുവി പറഞ്ഞു.

കുറ്റിക്കാട്ടിൽ നിന്നിറങ്ങി വന്ന കൂവക്കാടൻ പക്ഷികളിലൊരാൾ ചോദിച്ചു. “ഞങ്ങൾ പൊയ്ക്കോട്ടെ?”

“ഒരായിരം നന്ദി!” ചെവിയൻ കുട്ടൻ കൈകൾ കൂപ്പി “ചിപ്പിക്കുരുവി, ഈ ഉപകാരം ഞങ്ങളെന്നും ഓർക്കും.” മുയലുകൾ വിളിച്ചു പറഞ്ഞു.

കണ്ണൻ തവള

ചാട്ടം പിഴച്ച കണ്ണൻ തവള പൊട്ടക്കിണറ്റിൽ വീണു. മുന്നിൽ തലയുയർത്തുന്ന നീർക്കോലി! ഞെട്ടി. "ചങ്ങാതീ, നാമൊരുപോലായി! കരയ്ക്കു കയറാൻ പഠിച്ചപണിയൊക്കെ നോക്കി. ചാട്ടവും വശമില്ല!" നീർക്കോലിയുടെ സങ്കടം.

മേലോട്ട് ഉന്നംനോക്കി കണ്ണൻ തവള ചാടി. അരഞ്ഞാണപ്പടിയിലെത്തി. നീർക്കോലി ചാടാനാഞ്ഞു. ഉയർത്തിയ തല താണതല്ലാതെ ഉടലുയർന്നില്ല. കണ്ണൻ തവള വീണ്ടും ചാടി അടുത്ത അരഞ്ഞാണപ്പടിയിലെത്തി. നീർക്കോലി അനുകരിക്കാൻ ശ്രമിച്ചെങ്കിലും പഴയ അനുഭവം തന്നെ.

കണ്ണൻ തവളയ്ക്ക് ഉത്സാഹമേറി. പടികൾ ഓരോന്നായി ചാടി കരയിലെത്തി.

രക്ഷപ്പെടാനുള്ള വെമ്പലിൽ നീർക്കോലി ചാടാൻ ശ്രമിച്ചുകൊണ്ടേയിരുന്നു.

"ചങ്ങാതീ, എന്നെയൊന്നു സഹായിക്കൂ." നീർക്കോലി കെഞ്ചി.

സഹായിക്കാൻ താൻ നിന്നാൽ ജീവിതം പോക്കാണെന്ന് കണ്ണൻ തവള തിരിച്ചറിഞ്ഞു. "നീർക്കോലിച്ചേട്ടാ, ഞാൻ പൊയ്ക്കോട്ടെ! ഇനിയും കാണേണ്ട! ഗുഡ് ബൈ!" കണ്ണൻ തവള തിരിഞ്ഞിരുന്ന് ചാട്ടം തുടർന്നു.

ബാധ

"**ക**ട്ടിലിനടിയിൽ ആരോ ഒളിച്ചിരിപ്പുണ്ട്. ഉറക്കത്തിൽ അയാൾ വന്ന് കഴുത്തിന് പിടിച്ച് ഞെക്കുന്നു!"

കുട്ടപ്പൻ വിളിച്ചു പറഞ്ഞു.

മാതാപിതാക്കൾ കട്ടിലിനടിയിൽ പരിശോധിച്ചു. ആരെയും കണ്ടില്ല.

കുട്ടപ്പൻ കട്ടിലിൽ കിടക്കാതായി. താഴത്തു കിടന്നപ്പോൾ ഉറക്കവുമില്ലാതായി.

അച്ഛൻ അയൽ ഗ്രാമത്തിൽനിന്ന് പേരുകേട്ട മന്ത്രവാദിയെ കൊണ്ടുവന്നു.

മന്ത്രവാദി കട്ടിലിനടിയിൽ നിരീക്ഷിച്ചു. കണ്ണടച്ച് ധ്യാനിച്ചു. കൈവിരൽ മടക്കി കണക്കുകൂട്ടി. മന്ത്രം ജപിച്ച് കട്ടിലിനടിയിൽ ഊതി.

അച്ഛനും പിന്നിൽ അമ്മയും ഉൽക്കണ്ഠയോടെ നിന്നു.

"കുട്ടപ്പൻ പറഞ്ഞത് ശരിയാണ്. കട്ടിലിനടിയിൽ ഒരു ബാധ യുണ്ട്! ആൾ അദൃശ്യനാണ്."

മന്ത്രവാദി അറിയിച്ചു.

അച്ഛൻ അമ്മയെ നോക്കി. അമ്മ ഭയംകൊണ്ട് വിറച്ചു.

"ഭയക്കേണ്ട കാര്യമില്ല. ഒരു ഹോമം നടത്തിയാൽ മതി

യെന്നേ! ആഴ്ചയിൽ ഒരിക്കൽ മതി. ഹോമം നടത്തിയാൽ ബാധ പറ പറക്കും!"

മന്ത്രവാദി പരിഹാരം പറഞ്ഞു.

അച്ഛൻ തലകുലുക്കി സമ്മതിച്ചു. അമ്മ ആശ്വസിച്ചു. കുട്ടപ്പൻ മന്ത്രവാദിയെ തുറിച്ചുനോക്കി.

മന്ത്രവാദി ഹോമം നടത്തി.

ഹോമത്തിനായിട്ട് നല്ലൊരു തുക ചെലവായി.

ദക്ഷിണയായി കുറേരൂപ മന്ത്രവാദിയുടെ പോക്കറ്റിലും വീണു!

"കേട്ടോ കുട്ടപ്പാ, കട്ടിലിനടിയിലെ ബാധ ഒഴിഞ്ഞുപോയി! ഇനി കട്ടിലിൽ കയറി സുഖമായുറങ്ങിക്കൊള്ളുക."

മന്ത്രവാദി പോകാൻനേരം പറഞ്ഞു.

കുട്ടപ്പന് കേട്ട ഭാവമേയില്ല.

"ഹാവൂ! രക്ഷപ്പെട്ടു!"

അമ്മയും അച്ഛനും ദീർഘശ്വാസം വിട്ടു.

കുട്ടപ്പനാകട്ടെ, കട്ടിൽ കിടക്കുന്ന മുറിയിൽത്തന്നെ കയറാൻ ഭയമായി!

ഉറക്കമില്ലാത്ത കുട്ടപ്പൻ! ആധി മൂത്ത മാതാപിതാക്കൾ!

ആയിടയ്ക്ക് ഗ്രാമത്തിൽ ഒരു വിദ്വാൻ വന്ന് പ്രഭാഷണം നടത്തി.

കേൾക്കാൻ ഗ്രാമീണർ ഓടിക്കൂടി. കൗതുകകരമായ പ്രഭാഷണം!

പ്രഭാഷണം കഴിഞ്ഞ് അദ്ദേഹം ശ്രോതാക്കളുടെ സംശയങ്ങൾക്ക് മറുപടി പറഞ്ഞുതുടങ്ങി.

സദസ്സിൽ കുട്ടപ്പന്റെ അച്ഛനുമുണ്ടായിരുന്നു.

അദ്ദേഹം കുട്ടപ്പന്റെ കാര്യം അദ്ദേഹത്തെ അറിയിച്ചു. മന്ത്രവാദി പറഞ്ഞതും ചെയ്തതും ഒക്കെ പറഞ്ഞു.

അയാൾ എല്ലാം മൂളി മൂളി കേട്ടു.

"കട്ടിലിന്റെ നാല് കാലും മുറിച്ചു കളയുക."

അയാൾ നിർദ്ദേശിച്ചു.

കുട്ടപ്പന്റെ അച്ഛൻ സംശയത്തോടെ നോക്കി.

“സംശയിക്കേണ്ട മന്ത്രവാദി പോയെന്നുപറഞ്ഞ ബാധ അവിടെ തന്നെയുണ്ട്!”

അദ്ദേഹം ഉറപ്പിച്ച് പറഞ്ഞു.

കുട്ടപ്പൻ കിടക്കുന്ന കട്ടിലിന്റെ നാല് കാലും മരപ്പണിക്കാരൻ മുറിച്ചുമാറ്റി!

കാലുകളില്ലാത്ത കട്ടിൽ തിണ്ണയോട് ചേർന്നു കിടന്നു.

ഇനി കട്ടിലിനടിയിൽ ഒരുത്തനും കിടക്കാൻ സാധിക്കുകയില്ലെന്ന് കുട്ടപ്പന് ബോദ്ധ്യമായി.

അവൻ കട്ടിലിൽ കിടന്ന് സുഖമായുറങ്ങി!

ഇരുട്ട് കയറിയാൽ

കറുമ്പൻ മുയലും വെളുമ്പൻ മുയലും യാത്രയിലാണ്. മുന്നിൽ ഒരു വയസ്സൻ കുറുക്കൻ! അവർ ഞെട്ടിയില്ല. "മക്കളേ, കണ്ടതിൽ പെരുത്ത് സന്തോഷം!" കുറുക്കൻ വെളുക്കെ ചിരിച്ചു.

"ഞങ്ങൾ തിരക്കിട്ട് പോകേണ്!" കറുമ്പൻ മുയലിന് നീരസം.

"ഞാനും കൂടാം. നടന്നോ!" കുറുക്കൻ പറഞ്ഞു.

"ഞങ്ങൾക്ക് കൂട്ടുവേണ്ടാ." വെളുമ്പൻ മുയൽ നിരസിച്ചു.

"നിങ്ങളിലൊരാൾക്ക് ആപത്ത് വരാൻ പോണ്!" കുറുക്കന് പരിഭ്രമം. മുയലുകൾ നിന്നു.

"ഒരുത്തനോട് പറയാം. മറ്റെയാൾ മാറി നില്ക്കൂ." കുറുക്കൻ ശഠിച്ചു.

"രണ്ടാടുകളെ തമ്മിലിടിപ്പിച്ച് ചോര കുടിച്ച ഒരു കുറുക്കന്റെ കഥ ഞങ്ങളും കേട്ടിരിക്കുന്നു!" കറുമ്പൻ മുയൽ അറിയിച്ചു. കുറുക്കൻ ഞെട്ടി!

മുയലുകൾ നടന്നു.

"എന്റമ്മോ!" നിലവിളിച്ചത് കുറുക്കനാണ്. മൂപ്പരൊരു കുഴിയിൽ വീണുപോയി! "മക്കളേ രക്ഷിക്കൂ! ഞാൻ ശത്രുവല്ല മിത്രമാണ്." കുറുക്കൻ യാചിച്ചു.

"ശത്രു മിത്രമാകുമ്പോൾ സൂക്ഷിക്കണമെന്ന് മുത്തശ്ശൻ പറഞ്ഞിട്ടുണ്ട്!" വെളുമ്പൻ.

"ഞാനിവിടെ കിടന്ന് വിശന്നു ചാവും!" കുറുക്കൻ സങ്കടപ്പെട്ടു.

"അകക്കണ്ണിൽ ഇരുട്ടുകയറിയാൽ പുറംകണ്ണിന് കാഴ്ച തെറ്റുമെന്നാ മുത്തശ്ശി പറയാറ്!" കറുമ്പൻ അറിയിച്ചു.

"കുറുക്കച്ചേട്ടൻ അത് തെളിയിച്ചു." വെളുമ്പൻ കൂട്ടിച്ചേർത്തു.

കുറുക്കൻ ഒരു വലിയ നിലവിളിക്കു വട്ടംകൂട്ടുമ്പോൾ മുയലുകൾ ഒന്നും സംഭവിക്കാത്ത മട്ടിൽ യാത്ര തുടർന്നു.

തെമ്മാടിപ്പൂച്ച

തെമ്മാടിപ്പൂച്ചയ്ക്ക് വിശപ്പാണ് പ്രശ്നം!

"ഒരു പാര വരുന്നു! ജാഗ്രത!"

മച്ചിൻപുറത്തിരുന്ന വീരനെലി മുന്നറിയിപ്പു നല്കി.

"വർഗ്ഗശത്രു! കുടിച്ച വെള്ളത്തിൽപ്പോലും വിശ്വസിക്കരുത്!"

മുത്തശ്ശിയെലി ഓർമ്മിപ്പിച്ചു.

"ദൈവമേ!... മീനെല്ലാം തിന്നല്ലോ! എവിടന്ന് വന്നീ തെമ്മാടിപ്പൂച്ച?"

താഴെ വീട്ടമ്മയുടെ ആവലാതി.

എലികൾ മച്ചിൻപുറത്ത് ഉപവാസവും ചർച്ചകളുമായി കഴിഞ്ഞുകൂടി.

അടുത്ത ദിവസം കുറ്റിക്കാട്ടിൽ തെമ്മാടിപ്പൂച്ചയുടെ കൂർക്കംവലി മുഴങ്ങി..

താഴെ മീൻ വറുക്കുന്ന മണം ആസ്വദിച്ചിരുന്ന എലികൾ ഉഷാറായി.

"ഇത് സാഹസമല്ലേ മുത്തശ്ശീ?"

പുറത്തിറങ്ങുവാൻ തുടങ്ങുന്ന വീരനെലിക്ക് ആശങ്കയായി.

"സാഹസം അത് നിലനില്പിന് അനിവാര്യമാണെടാ."

മുത്തശ്ശിയെലി പ്രോത്സാഹിപ്പിച്ചു. വീരനെലി ഒരു നിമിഷം

മൗനിയായി.

"പോയി ജയിച്ചുവരിനെടാ!"

മുത്തശ്ശിയെലി അനുഗ്രഹിച്ചു.

വീരനെലി പാഞ്ഞു. മറ്റെലികൾ ഉഷാറോടെ നോക്കിനിന്നു...!

തെമ്മാടിപ്പൂച്ച ഞെട്ടിയുണർന്നു! ഇരയുടെ മണം! കൊതിയോടെ കണ്ണ് തുറന്നു.

അന്നേരം മുന്നിലൂടെ വീരനെലി പാഞ്ഞു.

തെമ്മാടിപ്പൂച്ച പിന്നാലെ കൂടി... വീരനെലി അടുക്കളയിൽ നൂണ്ട് കയറി. ഇരയുടെ രുചിയോർത്ത് തെമ്മാടിപ്പൂച്ച അടുക്കള വാതില്ക്കൽ പമ്മിയിരുന്നു.

"എന്റമ്മോ!!"

അലറിയത് തെമ്മാടിപ്പൂച്ചയാണ്.

"കള്ളപ്പൂച്ചേ!!"

വീട്ടമ്മ വിളിച്ച് കൂവി. അവർ സന്തോഷംകൊണ്ട് കൈയടിച്ചു.

ലാത്തിച്ചാർജ്ജും കല്ലേറുമേറ്റ തെമ്മാടിപ്പൂച്ച അതിർത്തിയിലെ തോടും ചാടി ഓടി.

"ഇനിയവൻ ഇങ്ങോട്ടു വരുകേലാ!"

വീട്ടുകാരൻ പറഞ്ഞു.

മച്ചിൻപുറത്ത് മടങ്ങിയെത്തിയ വീരനെലിയും കൂട്ടരും ആഹ്ലാദംകൊണ്ട് കുമ്മിയടിയായി.

പരിഹാസം

മേൽജാതിക്കാരുടെ അയിത്ത ശാഠ്യങ്ങൾക്ക് വഴങ്ങിക്കൊടുക്കുകയെന്നത് കീഴ്ജാതിക്കാരുടെ കടമയായിരുന്ന കാലം.

മുട്ടത്തു പള്ളിക്കൂടത്തിനു മുന്നിലെ പെരുവഴിയിൽ അതു പതിവാണ്.

"ഹോ.... യ്യ്...!! ഹോ... യ്യ്.......!!"

എന്ന് കൂവിക്കൊണ്ട് ഒരു കൊട്ടാരം സേവകൻ ഓടിപ്പോകും. വഴിയിൽ കീഴ്ജാതിക്കാരുണ്ടെങ്കിൽ മാറിപ്പോകാനൊരു മുന്നറിയിപ്പ്.

കുടമണികളുടെ ഭയപ്പെടുത്തുന്ന കിലുകിലാരവം. കാളകൾ വലിക്കുന്ന ഒരു വില്ലുവണ്ടി പാഞ്ഞുപോകും.

വില്ലുവണ്ടിയിൽ അനന്തപുരത്തു രാജരാജവർമ്മ മൂത്ത കോയിത്തമ്പുരാൻ യാത്ര ആസ്വദിച്ചങ്ങനെ ഇരിക്കും.

വൈകുന്നേരം മാവേലിക്കരയിലുള്ള കെട്ടിലമ്മയുടെ കോലോത്തേക്കുള്ള പുറപ്പാടാണ്. രാവിലെ ഹരിപ്പാട്ടേക്കുള്ള മടക്കവും.

ഒരു ദിവസം രാവിലെ പതിവുപോലെ ഹോ... യ്യ്... ഹോ... യ്യ്...!! മുഴക്കിക്കൊണ്ട് കൊട്ടാരം സേവകൻ കിതച്ചുകൊണ്ട് ഓടി വരുകയാണ്.

അന്നേരം.

"ഹോയിയിയി..."

"ഹോയിയിയി...!!"

എന്നൊരു പരിഹാസം.

ഒരു ബാലന്റെ ശബ്ദമാണ്! സേവകൻ പെട്ടെന്ന് നിന്നു. ആരെയും കണ്ടില്ല. ഓട്ടം തുടർന്നു.

വില്ലുവണ്ടി മണികൾ കിലുക്കി തമ്പുരാനെയും വഹിച്ചു പാഞ്ഞുപോയി.

അടുത്ത ദിവസം പ്രധാനാദ്ധ്യാപകൻ കുട്ടികളെയും അദ്ധ്യാപകരെയും പള്ളിക്കൂടത്തിനു മുമ്പിൽ വിളിച്ചുകൂട്ടി.

"ഇന്നലെ ബഹുമാനപ്പെട്ട അനന്തപുരത്ത് രാജരാജവർമ്മ മൂത്ത കോയിത്തമ്പുരാനവർകൾ എഴുന്നള്ളുമ്പോൾ മുന്നേ പോയ കൊട്ടാരം സേവകനെ പരിഹസിച്ചവൻ ആര്?"

പ്രധാനാദ്ധ്യാപകൻ ചോദിച്ചു.

അദ്ധ്യാപകർ പരിഭ്രമിച്ച് പരസ്പരം നോക്കി. കുട്ടികൾ ഞെട്ടി.

"ആരാണാ ധിക്കാരി!" പ്രധാനാദ്ധ്യാപകന്റെ ശബ്ദം ഉച്ചത്തിലായി!

ഉൽക്കണ്ഠ നിറഞ്ഞ നിമിഷങ്ങൾ..

കുട്ടികളുടെ ഇടയിൽനിന്ന് ഒരു ബാലൻ മുന്നോട്ടുവന്നു. മൂന്നാം ക്ലാസിൽ പഠിക്കുന്ന ഒരു പതിനൊന്നുകാരൻ!

അദ്ധ്യാപകൻ വാ പൊളിച്ചുപോയി! പ്രധാനാദ്ധ്യാപകൻ ക്രുദ്ധനായി അവനെ നോക്കി!

"ഞാനാണ് സാർ."

ബാലൻ പറഞ്ഞു. എന്തൊ വലിയ കാര്യം ചെയ്ത മട്ടിൽ അവൻ നിർഭയനായി നില്ക്കുകയാണ്.

"ങ്ഹും!!"

പ്രധാനാദ്ധ്യാപകൻ പുറകിലേക്കു നോക്കി മൂളി.

ഒരദ്ധ്യാപകൻ ഒരു ചൂരൽ കൊണ്ടുവന്നു. വണ്ണമുള്ള ചൂരൽ!

ബാലന്റെ ഇരു ചന്തിയിലും ചൂരൽ ഉയർന്നു താണു.

കുട്ടികൾ ഭയന്ന് കണ്ണടച്ചു!

വേദനകൊണ്ട് ബാലൻ പുളഞ്ഞു. അത്രതന്നെ! കൊട്ടാരം സേവകൻ തൃപ്തിയോടെ ഓടിപ്പോയി.

തിരുവിതാംകൂറിൽ നിലനിന്ന അയിത്തത്തിനെതിരെയുണ്ടായ ആദ്യ പ്രതിഷേധമായിരുന്നു ആ ബാലന്റെ പരിഹാസം!

കേരളത്തിൽ അയിത്തം എന്ന അനാചാരം ഇല്ലാതാക്കുവാൻ മുന്നിട്ടിറങ്ങിയ *ദേശാഭിമാനി* ടി കെ മാധവൻ (1884–1930) ആയിരുന്നു ആ ബാലൻ!